ஜோதிட ரகசிய சூத்திரங்கள்

(ஜோதிடம், நியூமராலஜி, வாஸ்து தொகுப்பு நூல்)

பாகம் – 1

பிரம்மஸ்ரீ திருவருட்செல்வன்

விஜயா பதிப்பகம்
20, ராஜ வீதி,
கோயம்புத்தூர் - 641 001.
www.vijayapathippagam.com

© விஜயா பதிப்பகம்

ஜோதிட ரகசிய சூத்திரங்கள்

Jothida Ragasia Soothirangal

ஆசிரியர் : பிரம்மஸ்ரீ திருவருட்செல்வன்

இரண்டாம் பதிப்பு : 2018

விஜயா பதிப்பகம்

20, ராஜ வீதி, கோயம்புத்தூர் - 641 001.

✆ 0422 - 2382614 / 2385614

vijayapathippagam2007@gmail.com

ஒளியச்சு / புத்தக வடிவமைப்பு : **ஐரிஸ் கிராபிக்ஸ், கோவை.**

அட்டை வடிவமைப்பு : **மௌஸ் பாய்ண்ட், சென்னை.**

அச்சாக்கம் : **ஜோதி எண்டர்பிரைசஸ், சென்னை - 5.**

ISBN - **81-8446-315-4** / பக்கம் : 160 / **விலை : ரூ.** 120/-

முன்னுரை

ஜோதிடம் வேதகாலத்தில் இருந்து நடைமுறையில் உள்ளது எனவும், 5000 ஆண்டுகளுக்கு முன்பு இருந்தும் மக்கள் ஜோதிடம் பார்த்து உள்ளார்கள் என்றும், ஜோதிட சாஸ்த்திரம் படிப்படியாக பல காலகட்டங்களில், பல ரிஷிகளாலும், முனிவர்களாலும், ஞானிகளாலும் கூறப்பட்டு, மக்களால் பயன்படுத்தப்பட்டு வந்துள்ள தாகவும், பல ஓலை சுவடிகளில் பழங்காலத்திலிருந்து குறித்து வைக்கப்பட்ட, ஜோதிட கருத்துக்களைப் பிற்காலத்தில், பல்வேறுபட்ட காலங்களில் ஜோதிட ஞானம் கொண்ட நூலாசிரியர்களால் தொகுக்கப்பட்டு, பல்வேறு பெயரில் வெளிவந்துள்ளன என்று தெரியவருகிறது.

நான் 30 ஆண்டுகாலமாக பல ஜோதிட நூல்களை படித்தும், பல ஜாதங்களை ஆய்வு செய்தும், அதன் மூலம் கிடைத்த அனுபவத்தை ஒரு நூலாக எழுதினால் பின்னாளில் வரும் ஜோதிட ஆர்வலர்க்கு பயனாக இருக்குமென இந்நூல் தொகுத்துள்ளேன்.

இந்நூலில் கூறப்பட்ட கருத்துக்களை விளக்கிய எனது குருநாதர் சென்னை T. சூரியமூர்த்தி ஜோதிட மேதை அவர்களுக்கு மிக்க நன்றியினை இந்நூல் மூலம் செலுத்த கடமைப்பட்டுள்ளேன்.

எனது முந்தைய நூலான 'திருமண பொருத்த ரகசிய சூத்திரம்' சிறப்பான முறையில் வெளியிட்டதைப்போல, இந்த நூலை சிறந்த முறையில் வெளியிட்ட கோவை விஜயா பதிப்பகம், அதன் உரிமையாளர்கள் திரு. வேலாயுதம், திரு. சிதம்பரம் அவர்களுக்கும் நன்றி கலந்த வணக்கங்கள்.

நன்றி, வணக்கம்

அன்புடன்

ஜோதிடர், **பிரம்மஸ்ரீ திருவருட்செல்வன்**
கோவை - 641 020
461/4, மேட்டுப்பாளையம் ரோடு,
வண்ணான் கோவில்,
பெரியநாய்க்கன் பாளையம்,
செல்: 93631 55285
93441 29195
Email : Vasthunambi@gmail.com

வாழ்த்துரை

சாற்றுக்கவி

திருவருட் செல்வர் நல்ல
திகள்தரு எண்கள் ஆளர்!
பெருக்கிடும் வாழ்க்கை தன்னில்
பேறெல்லாம் கிடைக்கச் செய்வார்!
மனையடி ஞானம் வல்லார்!
மாட்சிகள் பொலிய வேண்டின்
விரைந்திவர் காண வாரீர்!
விழைந்தன பெறுவீர் நன்றே!

அன்பன்,

கவிஞர். வை. பூ. சோமசுந்தரம்
தலைமை ஆசிரியர்
கே.ஆர். சாரதா அரசு மேல்நிலைப்பள்ளி,
நாலாட்டின்புத்தூர் - 628 716
11.02.2002

பொருளடக்கம்

1.	அட்டவணை - 1, நட்சத்திரங்கள்	9
2.	அட்டவணை - 2, ராசிகளின் காரகங்கள்	11
3.	அட்டவணை - 3, 12 ராசிகள்	12
4.	அட்டவணை - 4, 12 ராசி அதிபதிகள்	12
5.	அட்டவணை - 5, விம்சோத்தரி திசைகள்	13
6.	அட்டவணை - 6, பாகை, கலை, விகலை	13
7.	அட்டவணை - 7, வீடு என்றால் என்ன? பாவம் என்றால் என்ன?	14
8.	அட்டவணை - 8, ராசிகளுக்குரிய திசைகள், கிரகங்களின் காரகம்	16
9.	சூத்திரங்கள் 1 லிருந்து 19 வரை	17
10.	சூத்திரம் - 20, அதியோகம்	23
11.	சூத்திரம் - 21, செவ்வாய் தோஷம்	23
12.	சூத்திரம் - 22, ராகு தோஷம்	27
13.	சூத்திரம் - 23, ஜாதகர் உத்தியோகம்	28
14.	சூத்திரம் - 24, ஜாதகர் சுயதொழில்	30
15.	சூத்திரம் - 25, வெளியூரில் ஜீவனம்	31
16.	சூத்திம் - 26, பலவீனமான கிரக திசை	32
17.	சூத்திரம் - 27, கிரக நெருக்கம்	32
18.	சூத்திரம் - 28, பாவ பலன் நிர்ணயம்	35

19.	சூத்திரம் - 29 , லக்கினத்திலிருந்து சந்திரன் நின்றது	36
20.	சூத்திரம் - 30லிருந்து 45 வரை, வருமானம் கிடைக்கும் தொழில் வகைகள்	36
21.	உதாரணம் - கிரக நிலை	43
22.	திருமண யோகம்	71
23.	திருமண பொருத்தம் ஆய்வு	72
24.	திருமண தடை	74
25.	ஜாதக ஆய்வு முறை	76
26.	ஜாதக ஆய்வு (தனுசு, விருச்சிகம், கும்ப லக்னம்)	79
27.	உதாரண ஜாதகம், பாபகர்த்தாரி யோகம்	81
28.	சூத்திரம் 47 - பிருஷ்டோதய ராசிகள்	83
29.	ஜாதக ஆய்வு (கடக லக்னம்)	83
30.	திருமண பொருத்தம் ஆய்வு	84
31.	திருமணம் எப்பொழுது நடக்கும்? பிரசன்ன ஜோதிட முறையில் ஆய்வு	85
32.	யோகங்கள்,	90
33.	விசித்திர ஜாதகம்	94
34.	ஜோதிடமும், இறைவழிபாடும்	95
35.	சகுனங்கள் சரியான குறிகாட்டிகள்	96
36.	நோய்தீர பரிகாரம்	96
37.	புத்திர தோஷம் தீர பரிகாரம்	97
38.	ஜோதிடம் காட்டும் பாதை	101
39.	எண்களும், அவற்றின் குணங்களும்	103
40.	பெயரை மாற்றினால் நல்ல பலன் எப்படி கிடைக்கும்?	115
41.	சப்தத்தால் ஏற்படும் உணர்ச்சிகள்	117

42.	வாஸ்து சாஸ்த்திரத்தின் பயன்கள்	117
43.	காலி மனையின் இலட்சணம்	119
44.	தெரு தாக்கம்	121
45.	பத்து வாஸ்து இலட்சணங்கள்	123
46.	காம்பவுண்ட் உள்ளே நிலத்தடி தொட்டிகள்	126
47.	சமையல் அறை, பூஜை அறை	133
48.	கதவுகள், ஜன்னல்கள்	137
49.	வீட்டின் கூரை அமைப்பு	139
50.	வீட்டின் தரைத்தளத்தின் அமைப்பு	140
51.	வீட்டின் கழிவுநீர் அமைப்பு	141
52.	தொழிற்சாலை அமைப்பு	142
53.	தோட்டங்கள்	144
54.	பணப்பெட்டி	145
55.	தீமையான அமைப்புள்ள வீடுகள்	148
56.	நிலவறைகள்	149
57.	முக்கிய வாஸ்து கருத்துக்கள்	151
58.	வாஸ்து நாளில் மனை கோல உகந்த நேரம்	158
59.	முடிவுரை	160

அட்டவணை [1]

அசுவதி	-	00°.00'	-	13°.20'	
பரணி	-	13°.20'	-	26°.40'	மேஷம்
கார்த்திகை - 1	-	26°.40	-	30°.00'	
கார்த்திகை 2.3.4	-	30°.00'	-	40°.00'	
ரோகிணி	-	40°.00	-	53°.20'	ரிஷபம்
மிருகசீரிஷம் 1.2	-	53°.20	-	60°.00'	
மிருகசீரிஷம் 3.4	-	60°.00'	-	70°.00'	
திருவாதிரை	-	70°.00	-	83°.20	மிதுனம்
புனர்பூசம் 1.2.3	-	83°.20	-	90°.00'	
புனர்பூசம் 4	-	90°.00'	-	93°.20'	
பூசம்	-	93°.20	-	106°.40'	கடகம்
ஆயில்யம்	-	106°.40	-	120°.00'	
மகம்	-	120°.00'	-	133°.20'	
பூரம்	-	133°.20	-	146°.40'	சிம்மம்
உத்திரம் 1	-	146°.40'	-	150°.00	
உத்திரம் 2.3.4	-	150°.00'	-	160°.00'	
அஸ்தம்	-	160°.00'	-	173°.20'	கன்னி
சித்திரை 1.2	-	173°.20	-	180°.00'	

சித்திரை 3.4	-	180°.00'	-	186°.40'	துலாம்
சுவாதி	-	186°.20'	-	200°.00'	
விசாகம் 1.2.3.	-	200°.00	-	210°.00'	
விசாகம் 4	-	210°.00	-	213°.20'	விருச்சிகம்
அனுசம்	-	213°.20'	-	226°.40'	
கேட்டை	-	226°.40'	-	240°.00'	
மூலம்	-	240°.00'	-	253°.20'	தனுசு
பூராடம்	-	253°.20'	-	266°.40'	
உத்திராடம் 1	-	266°.40'	-	270°.00'	
உத்திராடம் 2.3.4	-	270°.00'	-	280°.00'	மகரம்
திருவோணம்	-	280°.20'	-	293°.20'	
அவிட்டம் 1.2.	-	293°.20'	-	300°.00'	
அவிட்டம் 3.4	-	300°.00'	-	306°.40'	கும்பம்
சதயம்	-	306°.40'	-	320°.00'	
பூரட்டாதி 1.2.3	-	320°.00'	-	330°.00'	
பூரட்டாதி 4	-	330°.00'	-	333°.20'	மீனம்
உத்திரட்டாதி	-	333°.20'	-	346°.40'	
ரேவதி	-	346°.40'	-	360°.00'	

இராசி மண்டலம் 360° டிகிரி கொண்டது. இராசி மண்டலத்தில் 27 நட்சத்திரங்கள் உள்ளது. ஒவ்வொரு நட்சத்திரம் 13°.20' டிகிரி அளவுடையது. அசுவனி நட்சத்திரம் மேஷ ராசியில் தொடங்கி (13°.20' × 27 = 360°) ரேவதி நட்சத்திரம் மீன ராசியில் முடிகிறது. 27 நட்சத்திரங்களை 108 பாதமாக பிரித்து, 12 இராசிக்கும் தலா 9 பாதம் என கொடுத்துள்ளார். அதன் விவரம் மேலே உள்ள அட்டவணை (1) காட்டுகிறது.

அட்டவணை [2]

	ராசி	தன்மை	சர, ஸ்திரம் உபயம்	பயன் உள்ளவை	குணம்	நீண்டது / குறுகியது	ஆண் / பெண்	உடற்கூறு
1.	மேஷம்	நெருப்பு	சரம்	மலடு	முன்கோபம்	குறுகியது	ஆண்	தலை
2.	ரிஷபம்	நிலம்	ஸ்திரம்	பாதிபயன்	பாசம்	குறுகியது	பெண்	கழுத்து
3.	மிதுனம்	காற்று	உபயம்	மலடு	பாசமுடைய நடிப்பு	குறுகியது	ஆண்	நுரையீரல்
4.	கடகம்	நீர்	சரம்	முழுபயன்	மௌனமான	நீண்டது	பெண்	மார்பு
5.	சிம்மம்	நெருப்பு	ஸ்திரம்	மலடு	கோபம்	நீண்டது	ஆண்	இருதயம்
6.	கன்னி	நிலம்	உபயம்	மலடு	பாசமானது	நீண்டது	பெண்	அடிவயிறு, குடல்
7.	துலாம்	காற்று	சரம்	பாதிபயன்	ஆணவம்	நீண்டது	ஆண்	மேல் இடுப்பு, மூத்திரக்காய்
8.	விருச்சம்	நீர்	ஸ்திரம்	முழுப்பயன்	அமைதி	நீண்டது	பெண்	மர்மஸ்தானம்
9.	தனுசு	நெருப்பு	உபயம்	பாதிபயன்	கோபம்	நீண்டது	ஆண்	தொடை, கீழ் இடுப்பு
10.	மகரம்	நிலம்	சரம்	பாதிபயன்	அமைதியான	குறுகியது	பெண்	முழங்கால் மூட்டு
11.	கும்பம்	காற்று	ஸ்திரம்	மலடு	ஆணவம்	குறுகியது	ஆண்	கணைக்கால்
12.	மீனம்	நீர்	உபயம்	முழுபயன்	அமைதியான	குறுகியது	பெண்	பாதம்

அட்டவணை (3)

மீனம் 360°	மேஷம் 30°	ரிஷபம் 60°	மிதுனம் 90°
கும்பம் 330°	12 இராசிகள்		கடகம் 120°
மகரம் 300°			சிம்மம் 150°
தனுசு 270°	விருச்சிகம் 240°	துலாம் 210°	கன்னி 180°

அட்டவணை (4)

குரு	செவ்வாய்	சுக்கிரன்	புதன்
சனி	இராசி அதிபதி கிரகங்கள்		சந்திரன்
சனி			சூரியன்
குரு	செவ்வாய்	சுக்கிரன்	புதன்

9 கிரகங்களுக்கு அனேக காரகங்கள் உள்ளதாக முன்னோர் பகுத்துள்ளனர். அவைகளை அனைத்து பஞ்சாங்கங்களிலும் பார்த்து அறிந்து கொள்ளலாம். 12 இராசி காரகங்களையும் பஞ்சாங்கங்களிலும், மற்ற மூல ஜோதிட நூல்களிலும் பார்த்து அறிந்து கொள்ளலாம்.

அட்டவணை [5]

கிரகம்	விம்சோத்திரி திசா வருடம்
1. கேது	7 வருடம்
2. சுக்கிரன்	20 வருடம்
3. சூரியன்	6 வருடம்
4. சந்திரன்	10 வருடம்
5. செவ்வாய்	7 வருடம்
6. ராகு	18 வருடம்
7. குரு	16 வருடம்
8. சனி	19 வருடம்
9. புதன்	17 வருடம்
மொத்தம்	120 வருடம்

அட்டவணை [6]

		பாகை	கலை	விகலை
கேது° கே '	-	00 °	. 46'	. 40 "
கேது° சுக்கிரன்	-	02 °	. 13'	. 20 "
கேது° சூரியன்	-	00 °	. 40'	. 00 "
கேது° சந்திரன்	-	01 °	. 06'	. 40 "
கேது° செவ்வாய்	-	00 °	. 46'	. 40 "
கேது° ராகு	-	02 °	. 00'	. 00 "
கேது° குரு	-	01 °	. 46'	. 00 "

கேது சனி	-	02° . 06' . 40"
கேது புதன்	-	01° . 53' . 20"
மொத்தம்		13° . 20' . 00"

மேற்கண்ட அட்டவணை - ஒரு நட்சத்திரத்தை விம்சோத்திரி அடிப்படையில் 9 பங்காக பிரித்து காட்டுகிறது. ஒரு நட்சத்திர மண்டலம் 13°. 20 டிகிரி உள்ளது இதை 13°. 20 - 120 வருடம் என வகுத்து அந்தந்த கிரகங்களின் திசையால் பெருக்கி கிடைக்கும். உப நட்சத்திர மண்டலம் ஆகும்.

இந்த முறையை கிருஷ்ணமூர்த்தி என்ற ஜோதிட மேதை அறிமுகப்படுத்தினார். ஆகவே இம்முறை கே.பி. சிஸ்டம் என்று கூறப்படுகிறது. ஒரு நட்சத்திரத்தை 9-ஆக பிரித்தால் அது உபநட்சத்திரம் எனவும், அந்த உபநட்சத்திரத்தை மீண்டும் 9-ஆக பிரித்தால் அது உபஉப நட்சத்திரம் என்றும் அழைக்கப்படுகிறது.

அட்டவணை [7]

வீடு என்றால் என்ன? பாவம் என்றால் என்ன?

கே. 25.48.36 IX 7.15.7	X 9.25.23	செ. 7.26.50 IX 10.52.50 சு. 19.55.20	கு. 0.11.19 XII 10.38.58
VIII 6.54.15	ஆண் 19.7.1977 6.25 AM / செவ்வாய் சென்னை மகம் - 2 23°.31.56" - அயனாம்சம்		சூ-2.43.33 I 9.35.18 பு-4.22.0.51 சனி-23.41.48
VIII 9.35.18			சந்.3.45.52 II 6.54.15
VI 10.38.58	V 10.52.50	IV 9.25.23	III 7.15.7 ரா.25.48.36

ஜெனன கால இருப்பு திசை கேது திசை 5 வருடம் 00 மாதம், 08 நாள். (27.7.1982 வரை கேது திசை) இராசி பொதுவெனவும், பாவகம் / பாவம் சிறப்பு எனவும் அறிய தக்கது.

மேற் குறிப்பிட்ட ஜாதகர் கடக லக்கினத்தில் பிறந்துள்ளார். நட்சத்திரம், மகம் 2-ம் பாதம், அது சிம்ம ராசி ஆகிறது. கடகம் முதல் வீடாகவும், கடகம் முதல் மிதுனம் வரை சரிசையாக 12 வீடுகளும் அமையும். கடகமாகிய 1-ஆவது வீட்டில் சூரியன், புதன், சனி ஆகிய மூன்று கிரகங்கள் ஜாதகரின் ஜெனன காலத்தில் உள்ளது. இம்மூன்று கிரகங்களும் தத்தமது திசா, புத்தி, அந்தர காலங்களில் 1-ம் வீட்டு பலனை செய்யும் என்பது ஜோதிட விதியாகும். கடக லக்கினம் / கடக ராசி என்பது 90.00 டிகிரியிலிருந்து 120.00 டிகிரி வரை உள்ளது. பாவம் என்பது ஜாதகர் பிறந்த 6.25 A.M மணிக்கு கடக லக்கினம் 9°. 35'. 18" டிகிரி உதயமாகியுள்ளது.

ஆகவே கடகம் 9°. 35'. 18" டிகிரியிலிருந்து, சிம்மம் 6°. 54'. 15" டிகிரி வரை முதல் பாவம் எனவும், சிம்மம் 6°. 54'. 15" டிகிரியிலிருந்து கன்னி 7.15.7 டிகிரி வரை 2-ம் பாவம் எனவும், இந்த அடிப்படையில் பிரித்து அந்தந்த பாவத்தில் உள்ளே அமைந்துள்ள கிரகங்கள் அந்த பாவ பலனை தத்தமது திசா, புத்தி, அந்திர காலங்களில் சரியாக செய்வதால், இந்த பாவம் அடிப்படையில் பலன் கூறுவது சிறப்பாக உள்ளது.

பாவக முறையில் கடகம் 2°. 43'. 33" டிகிரியில் உள்ள சூரியன், 12-ஆம் பாவ பலன்களையும், 22°. 00'. 51" டிகிரியில் உள்ள புதன் மற்றும் 9°. 35'. 18" டிகிரியில் உள்ள சனி ஆகிய இருவரும் முதல் பாவக பலன்களையும் தத்தமது திசா, புத்தி, அந்தர காலங்களில் தருவார்கள். இது பெரும்பாலும், சரியாக ஒத்துவருகிற முறையாதலால் இவ்வாறு பலன் காண வேண்டும்.

இவ்வாறே 12 - பாவத்தில் உள்ள கிரகங்களையும் பிரித்து பார்க்க பலன் தெளிவாக கிடைக்கும். எனவே ராசி / வீடு ஆகியவற்றை விட பாவம் துல்லியமானது என்பதை அறியவும்.

பிரம்மஸ்ரீ திருவருட்செல்வன்

அட்டவணை (8)

ராசிகளுக்குரிய திசைகள்

வரிசை எண்	திசை		ராசி
1.	கிழக்கு	-	மேஷம், ரிஷபம்
2.	தென்கிழக்கு	-	மிதுனம்
3.	தெற்கு	-	கடகம், சிம்மம்
4.	தென்மேற்கு	-	கன்னி
5.	மேற்கு	-	துலாம், விருச்சிகம்
6.	வடமேற்கு	-	தனுசு
7.	வடக்கு	-	மகரம், கும்பம்
8.	வடகிழக்கு	-	மீனம்

கிரகங்களின் காரகம்

சூ	-	ஆத்மகாரகன், பிதுர் காரகன்
சந்	-	மனோகாரகன், மாதுரு காரகர்
செ	-	சகோதரகாரகன், பூமி காரகன்
பு	-	வித்தைகாரகன், மாமன் வர்க்கம்
கு	-	புத்திர காரகன், தன காரகன்,
சு	-	வீடு, மனை, வாகன், போகம், களத்திரம், இன்பம் ஆகியவற்றிற்கு காரகன்
சனி	-	ஆயுள் காரகன்
ரா	-	அப்பா வழி தாத்தா
கே	-	அம்மா வழி தாத்தா, ஞானகாரகன்

இவையெல்லாம் தவிர, அனேக காரகங்கள், 9 - கிரகங்களுக்கும் உண்டு. அவற்றை மற்ற நூல்களில் கண்டுணர்க.

சூத்திரங்கள்

1. ஒரு கிரகம் தான் நின்ற பாவத்தின் பலனையும், அந்த கிரகம் நின்ற நட்சத்திராதிபதி நின்ற வீட்டின் பலனையும் சேர்த்து கொடுக்கும்.

2. மேஷம், மிதுனம், சிம்மம் ஆகிய ராசிகளின் உள் அமைந்த நட்சத்திரங்களின், சாரம் பெற்ற கிரகங்களின் திசா, புத்திகளில் ஜாதகர்க்கு ஆரோக்கியம், சந்தோஷம், திருமணம், புத்திரபேறு ஆகியவற்றைக் கொடுத்து சுகப்படச் செய்யும்.

3. எந்த ஒரு லக்கினத்திற்கும் 55° டிகிரியிலிருந்து 90° டிகிரி வரையிலும் மற்றும் 115° டிகிரியிலிருந்து 150° டிகிரி வரையிலும் அமைந்துள்ள நட்சத்திரங்களின் சாரம் பெற்ற கிரகங்களம் சுகம், மகிழ்ச்சி, திருமணம் புத்திரபேறு ஆகியவற்றை ஜாதகர்க்கு கொடுத்து சுகப்பட வழி செய்யும்.

4. எந்த லக்கினத்திற்கும் 175° டிகிரியிலிருந்து 210° டிகிரி வரையிலும் அமைந்துள்ள நட்சத்திரங்களின் சாரம் பெற்ற கிரகங்களின் திசா, புத்தி காலங்களில், ஜாதகர் எதிர்ப்புகளை சந்தித்து காரியங்கள் செய்ய வேண்டிய நிலையில் இருப்பார்.

5. எந்த ஒரு குறிப்பிட்ட பாவத்திற்கும் 295° டிகிரியிலிருந்து 330° டிகிரிக்குள் அமைந்துள்ள, நட்சத்திரங்களின் சாரம் பெற்ற கிரகங்களின் திசா, புத்திகளில் அந்த பாவம் குறித்த காரியங்கள் மிக விரைவாக நடக்கும்.

6. எந்த ஒரு பாவத்திற்கும் 55° டிகிரியிலிருந்து 90° டிகிரிக்குள் அமைந்துள்ள நட்சத்திரங்களின் சாரம் பெற்ற கிரகங்களின் திசா, புத்தி, அந்தரங்களில், அந்த பாவ பலன் தாமதமாக நடக்கும். உதாரணமாக ஒரு குழந்தையின் ஜாதகத்தில், லக்ன பாவத்திற்கு இந்த மாதிரி அமைப்பில் உள்ள புத்திகள் நடக்குமாயின், 2 அல்லது 3 ஆண்டுகள் கழித்து, அந்த குழந்தைக்கு தம்பி / தங்கை கிடைக்கும்.

7. எந்த ஒரு பாவத்திற்கும் 325° டிகிரியிலிருந்து 360° டிகிரி வரையிலும் அமைந்துள்ள நட்சத்திரங்களின் சாரத்தில் நின்ற கிரகங்களின், திசா, புத்தி, அந்தரங்களில், குறிப்பிட்ட பாவங்களின் காரக பலன்கள் தீமையாக நடக்கும். நஷ்டம் உண்டாகும். வேதனைகளை தரும்.

8. ஒரு கிரகம் தான் நின்ற நட்சத்திரத்தின் பலனை தரும். அந்த கிரகம் எந்த பாவத்தில் இருந்ததோ, அந்த பாவ பலனையும் சேர்த்துதான் செய்யும்.

   உதாரணம்: 2

   இந்த துலா லக்கின ஜாதகத்தில் குரு, லக்கினத்திற்கு 8-ல் செவ்வாயுடைய மிருக சீரிஷம் நட்சத்திரத்திலிருக்க, அந்த செவ்வாய் 12-ல் இருப்பதால் 8 + 12 ஆகிய இரண்டு வீட்டு பலனையும் சேர்த்துதான், குரு திசையில் செய்வான். இங்கு செவ்வாய், ரிஷபம், கடகம், விருச்சிகம், மகரம், மீனம் ஆகிய ராசிகளில் நின்றிருந்தாலும் இதே மாதிரியான கெடுபலன்களையே செய்வான்.

   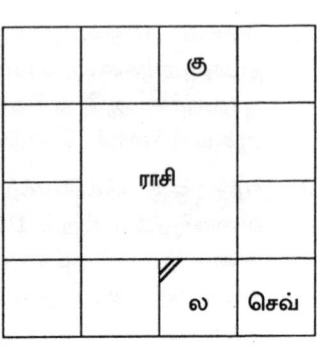

9. இந்த துலா லக்கின ஜாதகத்தில், குரு நின்ற நட்சத்திராதிபதியான செவ்வாய், குரு நின்ற வீட்டுக்கு 12-மிடமாகிய மேஷத்தில் நின்றால், 7-ம் பாவ பலன் மட்டுமே நடக்கும், 8-ம் பாவ பலன் நடக்காது.

   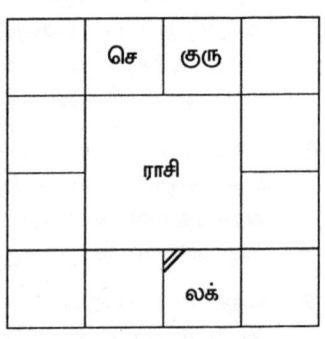

10. இந்த துலா லக்கின ஜாதகத்தில், செவ்வாய், குரு நின்ற வீட்டிற்கும் 2-ல் (மிதுனத்தில்) இருந்தால் 8-ம் பாவ பலன் மட்டுமே நடக்கும். 9-ம் பாவ பலன் நடக்காது. இது ஜாதகரின் தந்தைக்கு, உயர்படிப்புக்கு தீமையை தரும். குரு திசை காலத்தில் மட்டுமே இந்த பலன் நடக்குமென்க.

    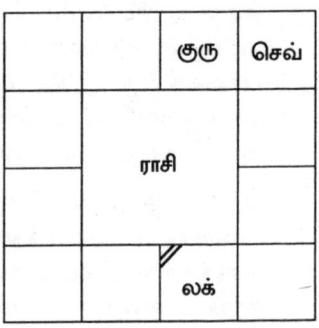

11. இந்த துலா லக்கின ஜாதகத்தில் குரு நின்ற சாராதிபதி செவ்வாய் தனுசு ராசியில் நிற்க, குரு நின்ற 8-ம் பாவ பலன், செவ்வாய் நின்ற வீடாகிய 3-ம் பாவ பலன் ஆகிய இரண்டும் சேர்ந்து குரு திசையில் நடக்கும். மிகுந்த கஷ்டத்தை கொடுத்து, கஷ்டத்தி லிருந்து விடுதலையும் கிடைக்கும்.

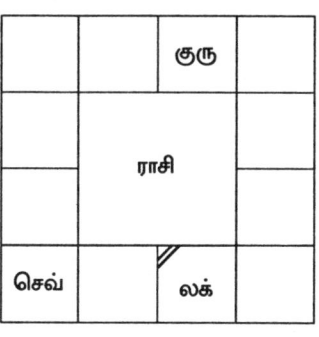

அதே சமயம் 8-மிடமாகிய ஆயுள் ஸ்தானத்திலிருந்து, 8-ஆகியதால் ஆயுள் பங்கமும் உண்டாகும். இது தீமையான அமைப்பாகும்.

12. 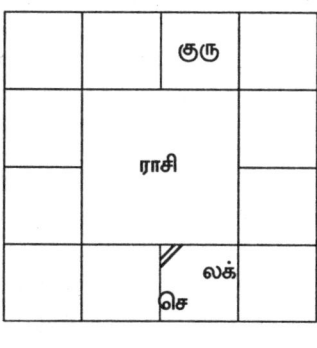 இந்த துலா லக்கின ஜாதகத்தில் குரு நின்ற சாராதிபதி செவ்வாய் சிம்மம் / கும்பம் இராசிகளில் ஏதாவது ஒன்றில் இருந்தாலும், 8-ம் பாவ பலன் மட்டுமே நடக்கும். இந்த அமைப்பால் லக்கினம் சந்தோஷம் அடையும் வாய்ப்பு உண்டாகும்.

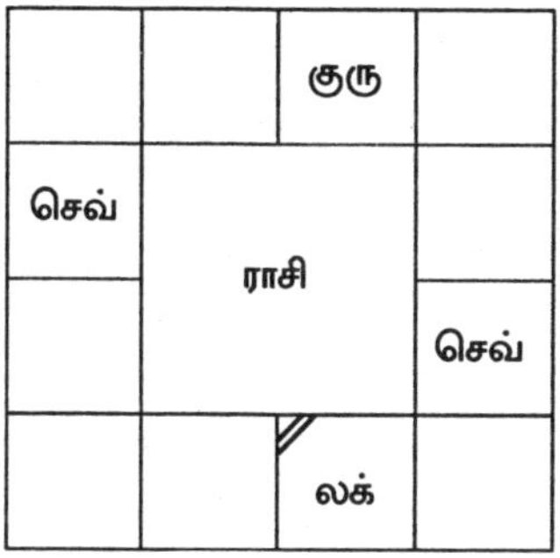

13. இந்த துலா லக்கின ஜாதகத்தில் குரு நின்ற நட்சத்திரத்தின் அதிபதி செவ்வாய் லக்கினத்தில் இருந்தால், 8 + 1 + 6 ஆகிய மூன்றுவித பாவ பலன்கள் நடக்கும். இதனால் லக்கினம் சார்ந்த பாவகாரக விஷயங்கள் தீமையாகவும், அதே சமயம் ஜாதகர்க்கு திடீர் பணவரவு உண்டாகும்.

14. இந்த துலா லக்கின ஜாதகத்தில் குரு நின்ற நட்சத்திர அதிபதி செவ்வாய், விருச்சிக ராசியில் இருந்தால் 8 + 2 ஆகிய இரண்டு வீடுகளின் பாவ காரியங்களும் சேர்ந்து நடக்கும். போட்டி, பொறாமையுடன் காரியங்கள் நடக்கும்.

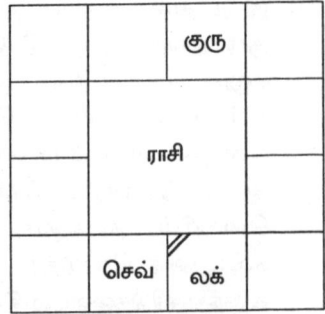

15. மேஷம், சிம்மம், தனுசு ஆகிய ராசிகளில் அமைந்துள்ள நட்சத்திரங்களின் சாரத்தில், நின்ற கிரகங்களின் திசைகளில், நீண்ட ஆயுள், நல்ல ஆரோக்கியம், பெருந்தன்மை குணம், ஆன்மீகத்தில் ஈடுபாடு, ஆழ்ந்த அறிவு, நற்சிந்தனை, உடல் உழைப்பு குறைவு இதுபோல் அறவழியை சார்ந்து பலன்கள் ஜாதகருக்கு ஏற்படும்.

16. ரிஷபம், கன்னி, மகரம் ஆகிய ராசிகளில் அமைந்துள்ள நட்சத்திரங்களின் சாரத்தில் நின்ற, கிரகங்களின் திசைகளில், ஜாதகருக்கு நல்வழியில் பொன், பொருள், சொத்து, வருமானம், தொழில் உண்டாகும். உடல் உழைப்பால் வருவாய் போன்ற பலன்கள் ஏற்படும்.

17. மிதுனம், துலாம், கும்பம் ஆகிய ராசிகளில் அமைந்துள்ள நட்சத்திரங்களின் சாரத்தில் நின்ற, கிரகங்களின் திசைகளில், ஜாதகர்க்கு நல்ல ஆரோக்கியம் உண்டாகும். சுகபோகங்களில் அதிக ஈடுபாடு செலுத்துவார். காமவுணர்வு அதிகம் ஏற்படும், கவலையில்லாமல் இருப்பார். சுயநலம் மிக்கவராக இருப்பார். சொத்துக்களை சுகத்திற்காக இழந்து விடுவார். சேர்க்க முடியாமல் கஷ்டப்படுவார், நடுநிலையான வாழ்க்கை வசதிகளுடன் வாழ்தல், இதுபோன்ற பலன்கள் ஏற்படும்.

18. கடகம், விருச்சிகம், மீனம் ஆகிய ராசிகளில் அமைந்த நட்சத்திரங்களின் சாரத்தில் நின்ற, கிரகங்களின் திசைகளில் ஜாதகர்க்கு, ஒழுக்க நெறி கெட்டுவிடும். தீய செயல்கள் செய்வதில் குறிக்கோளாக இருப்பார். திருப்தி, ஆரோக்கியம், சந்தோஷம் ஆகியவற்றில் குறைவு ஏற்படும். கடினமான சிரமங்கள் இருக்கும். பந்தபாசம் இல்லாமல் வாழ்வார், மறைந்து வாழும் சூழ்நிலை உண்டாகும். போராட்டமான வாழ்க்கையை அனுபவிப்பார். பொருள் இருக்காது, ஆனால்

பொருள் சேர்க்க வேண்டும் என்ற எண்ணமும், இன்பமாக வாழவேண்டுமென்ற ஆசை மட்டுமே இருந்து கொண்டிருக்கும். கடனால், வட்டி கட்டி கஷ்டப்படுவார். கெட்ட பெயர் எடுத்து பணம், பொருள் சேர்ப்பார். ஆனால் இவைகள் அவர்க்கு பயன்படாமல் திடீரென போய்விடும். போராட்டத்தில் சொற்ப அளவு பொருள் சேர்க்க முடியும்.

உதாரணம்: 3

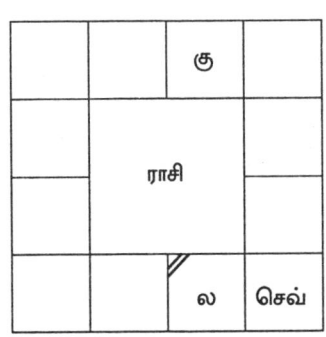

இந்த துலா லக்கின ஜாதகருக்கு குரு திசையில் சூத்திரம் 8, மற்றும் சூத்திரம் 16 ஆகிய இரண்டிலும் கூறப்பட்டபடியே திசை முழுவதும் நடக்கும். அவமானம், ஊர் மாறுதல், நஷ்டம், நல்வழியில் பொருள் சேர்க்க முயற்சித்தல், சொற்ப வருமானம் இவையெல்லாம் நடக்கும். இவ்வாறே மற்ற எந்த ஜாதகத்திற்கும் பலன் அறியலாம்.

19. ஜாதகங்களுக்கு பலன் கணிக்கும்போது ஜெனன ஜாதகத்தில் ஒரு குறிப்பிட்ட பாவாதிபதி, லக்கினத்திற்கு 3, 6, 8, 12-ல் மறைந்து, அந்த குறிப்பிட்ட பாவ காரகாதிபதியும் 3, 6, 8, 12-ல் மறைந்தால், அல்லது நீசமானாலும், அந்த பாவத்தின் பலன்களை ஜாதகர் முழுமையாக, நிறைவாக அடைய முடியாது.

உதாரணம்: 4   உதாரணம்: 5

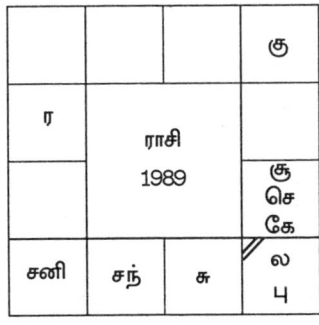 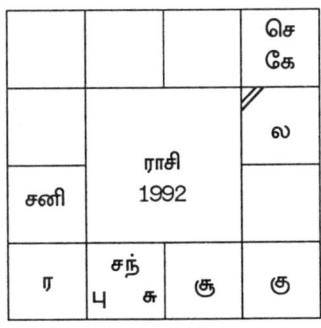

உதாரண ஜாதக எண் : 4-ல் நாலாம் பாவாதிபதி குரு, 10-ல் உள்ளார். இது சுமாரான அமைப்பு ஏனெனில் 10-மிடத்திற்கு கர்ம ஸ்தானம் என்ற அமைப்பும் உள்ளது. முன்னோர்கள் 10ம் இடம் அசுப காரியமும் செய்யும் எனக் கூறியுள்ளார்கள். 4-ம் பாவ காரகாதிபதியான சந்திரன் 3-ல் நீசம் இந்த அமைப்பு தயார் மூலம் ஜாதகர் அடையும் நற்பலனை கெடுக்கும். தாய்க்கு துன்பம் உண்டாகும். இது ஒரு தாய்க்கு பிறந்த முதல் குழந்தை ஆகும். ஜாதகர்க்கு பிறந்த காலத்தில் புதன் திசை இருப்பு 15 வருடம்.

உதாரண ஜாதகம் எண் 5: இந்த ஜாதகம் மேற்சொன்ன ஜாதகரின் உடன்பிறப்பாகும். இந்த ஜாதகத்தில் 4-ம் பாவாதிபதி சுக்கிரன் 5-ல் இருக்கவும். அவன் நின்ற வீட்டதிபதியான செவ்வாய் 12-ல் மறைவது நாலாம் பாவத்தின் பலனை கெடுக்கும் அமைப்பாகும். 4-ம் பாவகாரகாதிபதி சந்திரன் 5-ல் நீசம் அடைந்தது கெட்ட அமைப்பாகும். இந்த மாதிரி அமைப்பானது தாயார் மூலம் ஜாதகர் அடையும் நற்பலனை கெடுத்துவிடும். தாயாருக்கு கெடுதலை தரும். ஜெனன காலத்தில் ஜாதகருக்கு சனி திசை இருப்பு 15 வருடங்கள். இந்த இரு குழந்தைகளின் ஜாதகங்கள் தாயாருக்கு கெடுபலனை கொடுக்கும் அமைப்பில் இருந்ததால் 2-வது குழந்தைக்கு 10 வருடமாகும்போது, தாயார் காலமாகிவிட்டார். இந்த இரு ஜாதகருக்கு தாயின் அரவணைப்பு இல்லாமல் போயிற்கு.

இவ்வாறு ஒருவருக்கு பிறந்த குழந்தைகளின் ஜாதகங்களை, ஒரே நேரத்தில் எடுத்து கணித்து பார்க்க தெளிவான பலன்கள் கூற உதவியாக இருக்கும்.

ஒருவருக்கு 2, 3 (அ) 4 குழந்தைகள் இருக்குமாயின் அனைவரின் ஜாதகத்தையும் வைத்து பார்த்து, யோகங்கள், தோஷங்கள் பார்த்து எந்த பாவத்திற்கும் முடிவு சொல்ல சரியாக இருக்கும். அதிக ஜாதகங்கள் தோஷத்துடன் இருக்கும் பலன் கடுமையாக இருக்கும். ஒன்று யோகமாகவும், மற்றொன்று தோஷமாகவும் இருந்தால் உயிர் சேதம் ஏற்படாது. உடல் அளவில், பொருளாதார இழப்பு, சொத்து விரயம் ஆகியவை மட்டுமே ஏற்படும். இதை ஜோதிடர்கள் கவனித்து பலன் கூற வேண்டும்.

20. அதியோகம்

சந்திரனுக்கு 6, 7, 8-ல் சுபக்கிரகங்கள் இருந்தால் அதியோகம் உண்டாகும். ஆனால் இந்த ஸ்தானங்களில் பாபக்கிரகங்கள் இருக்கக் கூடாது. இத்தகைய அமைப்பில் பிறந்த ஜாதகன் அரசனாகவோ அல்லது அரசர்க்கு நிகரான சகல சௌபாக்கியங் களையும் அனுபவிப்பவனாகவோ இருப்பான். நீண்ட ஆயுளும், வெற்றியும், கீர்த்திமானாகவும், சிறந்த கல்வியாளனாகவும், சகல பாக்கியங்களையும் உடையவனாகவும் இருப்பான். மனைவி மக்கள் சுற்றமும், நட்பும் சூழ ஆனந்த வாழ்க்கை வாழுவான்.

உதாரணம் 6: சத்ரபதி சிவாஜி ஜாதகம்

பு	சு		செ ரா
சூ கு	உதாரண ஜாதக எண்		
			// ல
கே		சனி	சந்

இந்த ஜாதகத்தில் சந்திரனுக்கு 6-ல் சூரியன், குரு 7-ல் புதன், 8-ல் சுக்கிரன் அமர்ந்து அதியோகத்தைத் தந்தது. இந்த ஜாதகர் பெருந்தன்மையான சுபாவம் உடையவராகவும், சிறந்த பாண்டித்தியம் உள்ளவராகவும், மாபெரும் வீரனாகவும் விளங்கிய சத்ரபதி சிவாஜி ஆவார்.

தலைவராகும் யோகம்

ஒரு ஜாதகத்தில் எந்த கிரகமும் 3, 6, 9, 12 ஆகிய ஸ்தானங்களில் இருக்கக் கூடாது. கிரகங்கள் 1, 2, 4, 5, 7, 10, 11 ஆகிய இடங்களில் மட்டும் இருந்தால் அந்த ஜாதகன் நிர்வாகத் தலைமைப் பொறுப்பை உடைய மக்கள் தலைவனாகவும் இருப்பான்.

21. செவ்வாய் தோஷம்

லக்கினத்திற்கு 2, 4, 7, 8, 12 ஆகிய இடங்களில் செவ்வாய் இருந்தால் செவ்வாய் தோஷம் என ஜோதிட சாஸ்த்திரம் கூறுகிறது. ஆயினும், செவ்வாய் இருந்த வீடு, கூடியிருக்கும் கிரகங்கள் ஆகியவற்றால் தோஷம் கூடுதல் / குறைவாக பலன் அளிக்கும்.

செவ்வாய் ஆட்சி, உச்சம் பெற்றால் தோஷம் இல்லை. செவ்வாய் ராகு, கேது, சனி ஆகிய கிரகங்களுடன் சேர்ந்திருந்தால் செவ்வாய் தோஷத்தின் வீரியம் குறையும். இதை பரிகார செவ்வாய் என கூறுவர்.

2-ல் செவ்வாய் இருந்தால் குடும்பத்தில் நிம்மதி இல்லை.

4-ல் பூமி, மனை வாங்கினால் தோஷம் ஏற்படும்.

7, 8 -ல் திருமணம் நடந்தால் மாரகம் உண்டு.

செவ்வாய் திசை நடந்தால் மேற்கூறிய பலன் நடக்கும். எதிர்பாலருடைய ஜாதகத்தில் லக்கினாதிபதி வலிமை பெற்றிருந்தால் மாரகம் ஏற்படாது, பொருள் விரயம் மட்டுமே ஏற்படும்.

12-ல் செவ்வாய் இருந்தால் சொத்தை இழந்து நாடோடியாக திரிய வேண்டிய நிலை ஏற்படும். மேஷம், சிம்ம லக்கினத்திற்கு குறைவான தோஷ பலன்களே உண்டாகும்.

உதாரணம்: 7

இந்த உதாரண ஜாதகத்தில் 2-ல் செவ்வாய் உள்ளதால், செவ்வாய் தோஷமுள்ள ஜாதகம். செவ்வாய் நின்ற வீடு மிதுனமாகும். இந்த மிதுனத்திற்கு 8-மிடமாகிய, மகரம், 12-மிடமாகிய ரிஷபம் ஆகிய இரண்டு வீடகளில் செவ்வாய் இருக்க, அதுவே எதிர்பாலரின் ஜாதகத்தில் 2, 4, 7, 8, 12 - மிடமாக அமைந்தால்

		லக்	செ
	பெண் ஜாதகம்		

அவ்வாறு உள்ள ஜாதகங்களை இணைத்தால், செவ்வாய் தோஷம் வீரியம் குறைந்து விடும். தம்பதிகள் சுகமாய் வாழ்வார்கள்.

உதாரணம்: 8

ஆண் ஜாதகம்
செவ்
லக்
லக்
ஆண் ஜாதகம்
செவ்
ஆண் ஜாதகம்
செவ்
லக்
செவ்
லக்
ஆண் ஜாதகம்
லக்
ஆண் ஜாதகம்
செவ்
செவ்
லக்
ஆண் ஜாதகம்

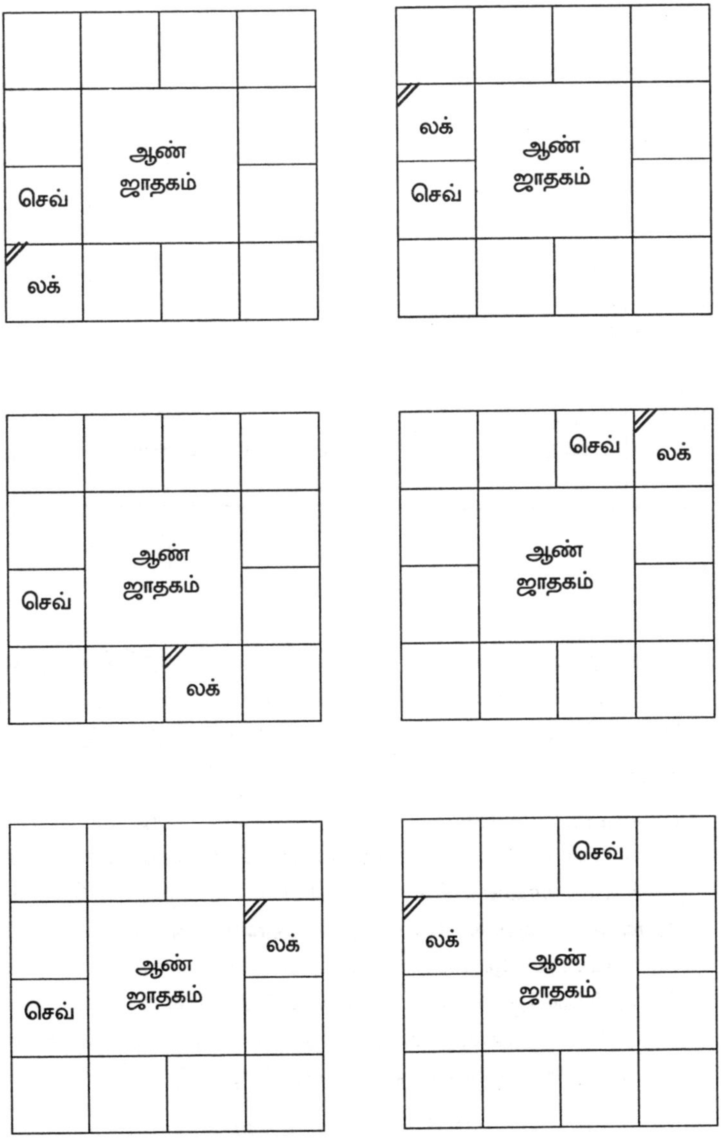

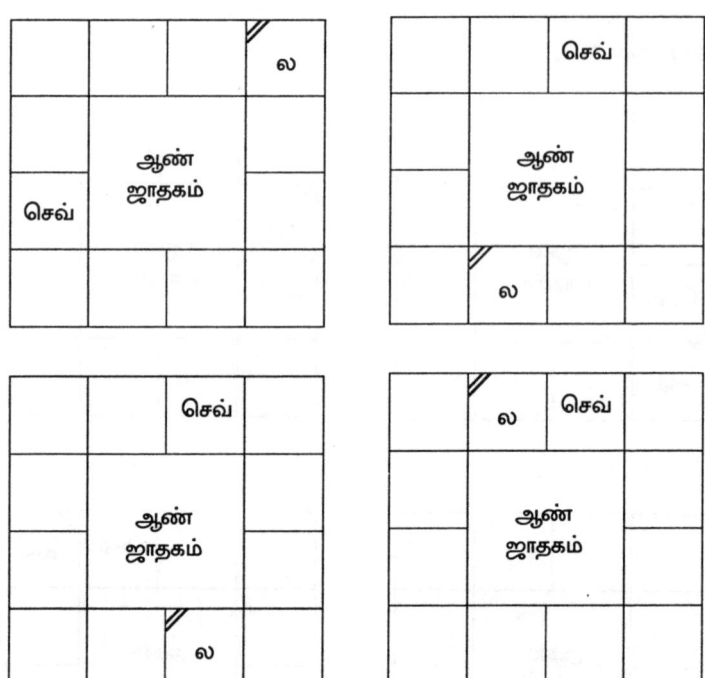

மேற்கூறிய ரிஷப லக்கின பெண் ஜாதகத்திற்கு இங்கு காட்டியபடி செவ்வாய் தோஷமுள்ள ஆண் ஜாதகங்களை இணைக்கலாம். இதுவே ஒரு பரிகாரம் ஆகும். இம்முறை அனுபவத்தில் நல்ல பலன் கொடுக்கிறது.

செவ்வாய் தோஷமுள்ள ஜாதகங்களை அமைய பெற்ற ஜாதகர்கள் / தம்பதிகள், தங்களக்கு செவ்வாய் திசை, புத்தி நடக்கும் காலங்களில், குலதெய்வம், இஷ்ட தெய்வம் கோவிலில் அன்னதானம், ஆடைதானம் ஆகியவை செய்து வர செவ்வாய் தோஷத்தால் ஏற்படும் கெடுபலன்கள் குறையும். கோவில்களுக்கு செல்ல சௌகரியப்படாதவர்கள், தங்களின் வீடுகளிலே அன்னதானம், ஆடைதானம் உறவினர்க்கோ, மற்றவர்க்கோ கொடுக்கலாம். பலன் ஒன்றே.

நிலம், பூமி வாங்குவோர்க்கு பண உதவி செய்தாலும் தோஷம் குறையும்.

22. ராகு தோஷம்

ராகு அல்லது கேது லக்கினத்திற்கு 5, 7, 8 ஆகிய இடங்களில் இருந்தால் ராகு தோஷம் என ஜோதிட நூல்கள் கூறுகின்றது.

ராகு (அ) கேது 5-ல் இருந்தால் புத்திர தோஷம், இதன் பலன், குழந்தை கருத்தரிக்காமல் தாமதம் ஆகுதல், கர்ப்பச்சிதைவு ஏற்படுதல். குழந்தை ஏற்படாமலே போதல் ஆகியவையாகும். ஊனமுள்ள குழந்தைகள், புத்தி மந்தமான குழந்தைகள் பிறக்கவும் வாய்ப்புண்டு.

ஆனால் தம்பதிகளின் ஜாதகங்களில் லக்கினாதிபதி வலிமையான முறையில் அமைந்திருந்தால் மேற்கூறிய தீமையான பலன்கள் நடக்காது என்பது அனுபவத்தில் தெரிய வருகிறது.

ராகு அல்லது கேது 7-மிடத்தில் இருந்தால், திருமணம் நடைபெறுவதில் தாமதம் ஆகிறது.

ஆயினும் தம்பதிகளுக்கு திருமண பருவத்தில், 18-லிருந்து 30 வயதுக்குள் நடைபெறும் திசையானது திருமண பாவத்திற்கு, சாதகமாக இருக்குமாயின், திருமணம் விரைவில் நடக்கும்.

ராகு அல்லது கேது 8-மிடத்தில், பெண்கள் ஜாதகத்தில் அமைந்தால், அது கடுமையான மாங்கல்ய தோஷத்தை கொடுக்கும். ஆயினும் மாப்பிள்ளை ஜாதகத்தில் லக்கினாதிபதி, 9-ம் பாவாதிபதி வலிமையுடன் அமைந்தால் மாரகம் ஏற்படாது பொருள் நஷ்டம் மட்டும் உண்டாகும்.

ராகு (அ) கேது தோஷ ஜாதகங்களை, திருமணத்தில் இணைக்கும் அனுபவ முறை.

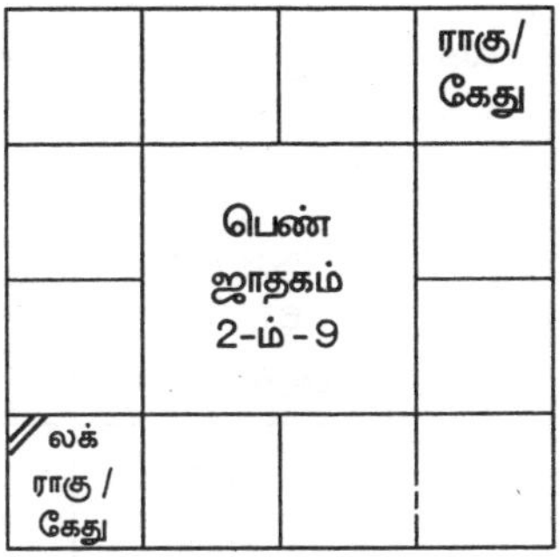

			ராகு/ கேது
	பெண் ஜாதகம் 2-ம் - 9		
லக் ராகு/ கேது			

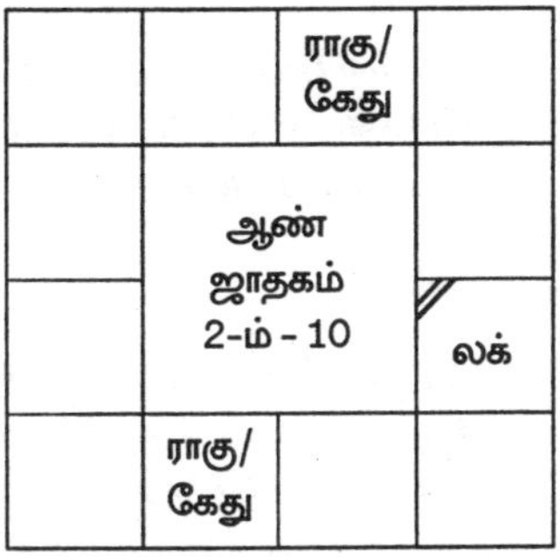

			ராகு/ கேது
	ஆண் ஜாதகம் 2-ம் - 10		லக்
	ராகு/ கேது		

பிரம்மஸ்ரீ திருவருட்செல்வன்

மேற்கூறிய தனுசு லக்கினம், பெண் ஜாதகத்தில் 7-மிடத்தில் ராகு (அ) கேது அமைந்தால், அது களத்திர தோஷமாகும். இம்மாதிரி அமைப்புள்ள ஜாதகத்திற்கு ரிஷபத்தில் ராகு (அ) கேது அமைந்து அது எந்த லக்னமாக இருந்தாலும் பொருத்தம் உண்டு இணைக்கலாம். இது நல்ல பொருத்த முறையாகும்.

இம்முறையில் இருவர் ஜாதகத்தில் 7-க்கு 7-ல் ராகு (அ) கேது அமைய வேண்டும் என்ற விதி தவிர்க்கப்படுகிறது. பெண் ஜாதகத்தில் ராகு (அ) கேது 5, 7, 8 -ஆம் இடமாக அமைந்து அது எந்த ராசியாக வருகிறதோ, அந்த ராசிக்கு 12-மிடத்தில் ராகு (அ) கேது அமைந்துள்ள ஆண் ஜாதகத்தை திருமண விசயத்தில் இணைக்கலாம் ராகு தோஷத்தின் வீரியம் குறையும். இம்முறையை பின்பற்றலாம். அனுபவத்தில் நல்ல பலன் கிடைக்கிறது.

23. ஜாதகர் உத்தியோகம், வேலை பார்த்தால் உயர்வு கிடைக்குமா என்பதை அறிதல்

ஜெனன ஜாதகத்தில் 6-ம் பாவாதிபதி / 6-க்குடையவன் 2, 7, 10-ல் இருக்கவும். அவன் நின்ற வீட்டதிபதி 2, 4, 6, 10 ஆகிய வீடுகளில் இருந்தால் அந்த ஜாதகருக்கு உத்தியோகம் மூலம் பல நன்மைகள் உண்டாகும். அவ்வாறு இல்லாமல் 6-க்குடையவன், 5-ல் இருக்கவும். அவன் நின்ற வீட்டின் அதிபதி 8, 12 ஆகிய வீடுகளில் ஏதாவது ஒன்றிலிருந்தாலும், ஜாதகர் வேலை பார்ப்பதில், அனேக தடைகள் உண்டாகும். மாற்றங்கள் உண்டாகும். மதிப்பான வேலை கிடைக்காது.

6-க்குடையவன் 5, 9, 8, 12 ஆம் இடங்களில் அமர்ந்து அவன் அமர்ந்த வீட்டுடையவன் எந்த வீட்டிலிருந்தாலும் மேன்மையான வேலை அமைப்பு கிடைக்காது. ஆனாலும் இவர்கள் சொந்த தொழில் மூலம் வருமானம் ஈட்டலாம்.

<table>
<tr><td>லக்
கே</td><td>சந்</td><td></td><td>செ
குரு</td></tr>
<tr><td></td><td colspan="2" rowspan="2">ஆண்
29.9.1977
6.00 Pm
திருசெந்தூர்</td><td></td></tr>
<tr><td></td><td>புத
சுக்
சனி</td></tr>
<tr><td></td><td></td><td></td><td>சூ
ரா</td></tr>
</table>

உதாரணம்: 11

இந்த உதாரண ஜாதகத்தில் 6-க்குடையவன் 7-ல் இருக்க, அந்த வீட்டுக்குடையவன் 6-ல் அமர்ந்துள்ளதால்

ஜாதகர் தனது 17-வயது முதல் நல்ல உத்தியோகம் தனியார் துறையில் செய்து வருவாய் ஈட்டியுள்ளார்.

உதாரணம்: 12

இந்த உதாரண ஜாதகத்தில் 6-க்குடையவன் 2- இருக்க, அந்த வீட்டுக்குடையவன் 10-ல் இருப்பதால், ஜாதகர் பெங்களூரில் கம்யூட்டர் துறையில் கௌரவமான, பொறுப்புள்ள பணியில் இருந்து வருகிறார். இவரது கல்லூரி படிப்பு முடிந்ததும் இவருக்கு வேலை கிடைத்தது. தொடர்ந்து சம்பள உயர்வும் கிடைத்துக் கொண்டிருக்கிறது.

		ரா	
	ஆண் 19.8.1983 10.05 Am		செ
	சேலம் பூராடம் - 1		சூ பு சு
சந்	கு கேது	லக் சனி	

உதாரணம்: 13

இந்த உதாரண ஜாதகத்தில் 6-க்குடையவன் 12-ல் இருக்க, அவன் இருந்த வீட்டுக்குடையவன் லக்கினத்தில் உள்ளதால், இவர் தனது 18-வயது முதல் தனியார் துறையில் பல நிறுவனங்களில் வேலை பார்த்து வருகிறார். அடிக்கடி வேலை மாற்றம் ஏற்பட்டுவிடுகிறது. நிறைவான சம்பளம் கிடைப்பதில்லை. ஜாதகர் சமாளித்து வாழ்க்கை நடத்தி வருகிறார்.

சனி	சு	ல, ரா, செ, புத	கு
	ஆண் 31.5.1966 6.45 Am		
	Bhavani சித்திரை - 1		
	கே	சந்	

6-க்குடையவன் 12-ல் இருக்க அந்த வீட்டுக்குடையவன் உச்சம் பெற்று, அந்த ஸ்தானம் லக்கினத்திற்கு 9, 10, 11 - ஆக அமைந்தால், அவருக்கு நிரந்தர வேலை கிடைக்கிறது. ஆனால் வேலைப்பளு கூடுதலாக இருக்கும்.

உதாரணம்: 14

சு கே		செ	ல
சூ பு	ஆண் 26.2.1959 1.00 Pm		
	கோவை அஸ்தம் - 4		
சனி	கு		சந் ரா

இந்த உதாரண ஜாதகத்தில் 6-க்குடையவன் 12-ல் இருக்கவும், அந்த வீட்டுக் குடையவன் லக்கினத்திற்கு 10-ல் உச்சம் பெற்றதால், ஜாதகர் தனது கல்லூரி படிப்பை முடித்ததும், தனியார் துறையில் வேலையில் அமர்ந்தார். சில பதவி உயர்வும் கிடைத்தது. 2 பேர் செய்யக்கூடிய வேலையை, இவர் ஒருவரே செய்ய வேண்டிய நிர்பந்தம், ஆரம்பம் முதலே இவருக்கு அமைந் துள்ளது. கூடுதல் வேலை செய்வதால் வேலை நிரந்தரமாக இவருக்கு உள்ளது. இன்றும் அந்த பணியில் இருக்கிறார்.

உதாரணம்: 15

செ கு		பு கே	சூ சனி
	ஆண் 16.6.1935 3.00 Pm		சு
	Chennai உத்திரம் - 1		சந்
	ரா	ல	

உதாரண ஜாதகத்தில் 6-க்குடையவன் 6-ல் இருப்பதால், ஜாதகர் கல்லூரி படிப்பை முடித்ததும், தனியார் நிறுவனத்தில் கௌரவமான முண்றையில் பணியாற்றி வருகிறார். படிப்படியாக பதவி உயர்வும் பெற்று வருகிறார்.

24. ஜாதகர் சுயதொழில் செய்து, முன்னேற்றம் பெறுவரா என்பதை அறிதல்

7-க்குடையவன் 2, 4, 10, 11 - மிடங்களில் இருக்கவும், அவன் நின்ற வீட்டுக்குடையவன் 2, 4, 7, 10, 11- மிடங்களில் இருந்தாலும் ஜாதகர் வியாபாரம் மூலம் நிறைய சம்பாத்தியம் பண்ணுவார். கௌரவமாக தொழில் செய்வார்.

7-க்குடையவன் 5, 6, 8, 9 ஆகிய இடங்களில் இருந்தாலும், அவன் நின்ற வீட்டுக்குடையவன். 5, 6, 8, 9 - ஆகிய இடங்களில் இருந்தாலும், ஜாதகர் தொழில் செய்து லாபம்

ஈட்டுவது கஷ்டமே. தொழில் பலவித இடர்பாடுகளுடன் நடக்கும். பெயர் வாங்க முடியாது. திடீரென தொழிலை மூட வேண்டிவரும்.

7-க்குடையவன் மேற்கூறிய இரண்டு விதிகளின்படி அமையாமல், அவன் நின்ற வீடு, வீட்டுக்குடையவன் இருந்த வீடு, ஆகியவை மாறி, மாறி அமைந்தால், அந்த ஜாதகரின் தொழில் / வியாபாரம் பலவீனமானதாய் இருக்கும். சொற்ப வருவாயுடன் தொழில் செய்வார். தொழில் நிமித்தம் கடன் ஏற்பட்டு அல்லல் படுவார். வியாபாரம் ஏற்றம், இறக்கமுடன் நடை பெறும். குறைந்த வாடிக்கையாளர்கள் மட்டும் இவருக்கு இருப்பார்கள்.

25. வெளியூரில் ஜீவனம்

ஜாதகத்தில் சூரியன், சந்திரன் 6, 8 என்ற அமைப்பில் இருந்தால் அந்த ஜாதகர் தமது நடுவயதில் பிறந்த ஊர் விட்டு வெளியேறி, வெளியூரில் ஜீவனம் செய்யும் நிலை உண்டாகும்.

உதாரண ஜாதகம் எண் : 16

இந்த ஜாதகர் தனத 30-வது வயதில் வெளியூர் சென்று, தொழில் செய்து வாழ்ந்து வருகிறார். இவருடன் 4 பேர் பிறந்தும் அவர்களுக்கு சூரியன் சந்திரன் 6, 8-ல் அமையவில்லை. எனவே அவர்கள் உள்ளூரிலேயே வாழ்ந்து வருகின்றனர்.

ரா சனி			
சு	ராசி		சந்
பு	1969		
சூ		ல செ	கு கே

உதாரண ஜாதகம் எண் : 17

இந்த ஜாதகர் தனது 28-வது வயதில் தனது பிறந்த ஊர் விட்டு வெளியூர் சென்று தொழில் செய்து வாழ்ந்து வருகிறார். இவருடன் 3 பேர் பிறந்தும், அவர்கள் உள்ளூரிலேயே தொழில் செய்து வாழ்ந்து வருகின்றனர்.

		ரா கே	சூரி
சனி	ராசி		பு சுக்
சந்	1965		
	செ	ல	செ

26. பலவீனமான கிரக திசை

குறிப்பிட்ட பாவம் பலவீனமாகி அந்த பாவ காரகமும் பலவீனமாகி, அந்த பாவாதிபதியின் திசை நடந்தால் அந்த பாவ பலன்களை ஜாதகர் நிறைவாக அனுபவிக்க முடியாமல் போகும். சில ஜாதகங்களில், பலவீனமான பாவாதிபதி திசை நடக்காவிடிலும், அதற்கு தொடர்புகொண்ட மற்ற கிரகங்களின் திசையிலும் பலன் நடக்கிறது. மற்ற திசைகளில் பாவாதிபதியின் புத்தியில் நடக்கிறது.

உதாரண ஜாதகம் எண் : 18

இந்த ஜாதகத்தில் 7-ம் பாவாதிபதியான குரு லக்கினத்திற்கு 12-ல் மறைந்து போனது. இந்த அமைப்பு ஜாதகருக்கு திருமணத்தால் கிடைக்க வேண்டிய நிறைவை, சுகத்தை கெடுக்க காரண மாகியது. இவரது 20-வது வயதில் குரு திசை தொடங்கி நடந்து வருகிறது. 2005-ல் திருமணமாகி, 2008-ல் விவாரத்து ஆகிவிட்டது.

சூ சு பு	கே	கு	ல சந்
செ	ராசி 27.3.1977		சனி
		ர	

இந்த ஜாதகத்தில் களத்திர காரகாதிபதியான சுக்கிரன் 10-ல் உச்சம் பெற்ற போதிலும், அவன் நின்ற வீடு குருவின் வீடாகியதால் பலமிழந்து விட்டது. ஆக திருமணத்தால் ஜாதகருக்கு கிடைக்கக்கூடிய கௌரவம் கெட்டுவிட்டது. குரு 12-ல் மறைந்தது தீமை.

27. கிரக நெருக்கம்

ஒரு காரியம் எப்பொழுது நடக்கும் என்று அறிவதற்கு அக்காரியத்தை நடத்தித் தர அதிகாரம் பெற்ற பாவாதிபர்கள், காரகாதிபதிகள், தசாபுத்தி, அந்தர நாதர்கள் ஆகிய குறிப்பினர் களுக்குள் ஏற்பட்டுள்ள நெருக்கமான கிரக நிலையைப் பார்த்து பலன் சொல்லாம். இந்த நெருக்கம் பெறும் நிலையைப் பஞ்சாங்கம் அல்லது எபிமரீஸ் உதவியால் தெரிந்து கொள்ளலாம்.

இடைவெளி		நிலை	பலன்கள்
0 டிகிரி முதல்	30 டிகிரி வரை	- 1/1	- மிக மிக உத்தமம்
30 ,,	60 ,,	- 2/12	- மிக உத்தமம்

60	,,	*90*	,,	- *3/11*	- மிக உத்தமம்
90	,,	*120*	,,	- *4/10*	- உத்தமம்
120	,,	*150*	,,	- *5/9*	- உத்தமம்
150	,,	*180*	,,	- *6/8*	- மிக மிக கெடுதல்
180	,,	*210*	,,	- *7/7*	- மிக கெடுதல்

மேற்கண்ட சூத்திரம் திருமண பொருத்தம் பார்க்க பயன்படும். ஆண், பெண் ஜாதகங்களில் உள்ள செவ்வாய் மற்றும் சுக்கிரன் ஆகிய கிரகங்கள் இருக்கும் ராசிகளை எழுத வேண்டும். பிறகு அவைகளின் இடையே உள்ள நெருக்க நிலையைக் குறித்துக் கொள்ள வேண்டும். அந்நிலையானது 6 / 8 அல்லது 7/7 என்றவாறு இருக்கக் கூடாது. இவையல்லாமல் மற்ற 5-நிலைகளிலும் ஆண், பெண் ஜாதகம் இருக்கலாம். 6/8, 7/7 என்ற நிலை இரு ஜாதகத்திடையே காணப்பட்டால் அவற்றை சேர்க்கக் கூடாது. தள்ளி விடலாம்.

இந்த பொருத்தம் தம்பதிகளின் மன ஒற்றுமைக்கும், இணைந்து செயல்படுவதற்கும், அவசியமான பொருத்தம் ஆகும். இது ஒன்று சரியாக அமைந்துவிட்டால் வாழ்நாள் முழுவதும் உறவு நெருக்கமுடன், இன்பமுடன் கணவன், மனைவி வாழ்வார்கள். 10 பொருத்தம் இருந்தாலும், 5-க்கு கீழ் குறைந்தாலும், இந்த விதி அமைந்தால் தம்பதிகள் பிரியாமல், நெடுநாள் வாழ்வார்கள்.

உதாரண ஜாதகம் எண் : 19, 20

		கு ரா	சூ
சனி	ஆண் 1965 திருவோணம்		பு சு
சந்			
// ல			செ

ஆண் ஜாதகத்தில்
கிரகம் இருக்கும் ராசி

செ		சூ	சுபு கே சனி
	பெண் 1973 அனுசம்		
கு			
ரா	சந்		// ல

பெண் ஜாதகத்தில்
கிரகம் இருக்கும் ராசி

செவ்வாய் = கன்னி - மீனம்
சுக்கிரன் = கடகம் - மிதுனம்

மேற்கண்ட உதாரண ஜாதகத்தில் நெருக்க நிலையை அறிய ஆணின் செவ்வாய் உள்ள கன்னிக்கும், பெண்ணின் சுக்கிரன் உள்ள மிதுனத்திற்குமிடையே உள்ள நிலையை எடுத்துக் கொள்ள வேண்டும். இங்கு மிதுனம், கன்னிக்கிடையே 4/10 என்ற நிலை ஏற்பட்டுள்ளது. இது பொருத்தம் விசயத்தில் உத்தமம் என்ற நிலையை காட்டுகிறது.

அடுத்து ஆணின் சுக்கிரனுள்ள ராசி கடகம், பெண்ணின் செவ்வாயுள்ள ராசி மீனம். கடகத்திலிருந்து மீனம் 5/9 என்ற நிலை ஏற்பட்டுள்ளது. இந்த அமைப்பு உத்தமம் என்ற நிலையை காட்டுகிறது.

செவ்வாய் × சுக்கிரன் என்று மாற்றி பார்க்க வேண்டுமென்பது விதிமுறையாகும். 1990லிருந்து 2013 வரை தம்பதிகள், 3 குழந்தைகளுடன் நலமாக வாழ்ந்து வருகிறார். தம்பதிகளின் ஒற்றுமைக்கு செவ்வாய், சுக்கிரன் அமைந்த நெருக்கநிலை வழி செய்கிறது என்பதை அறிந்து கொள்ளலாம். தம்பதிகள் வாழ்க பல்லாண்டு.

கிரக நெருக்கம்

உதாரண ஜாதகம் 19 + 20 - ல், இருவர் லக்கினங்களுக்கு இடையே (கன்னி / துலாம்) 2/12 என்ற நெருக்க நிலை ஏற்பட்டுள்ளது. இது மிகவும் உத்தமம் என்ற நிலையை காட்டுகிறது.

மேலும் லக்கினம் நின்ற நட்சத்திராதிபதி பெண்ணுக்கு அஸ்தம், அதன் அதிபதி சந்திரன், ஆணின் லக்கினம் துலாம், லக்கினம் அமைந்த துவக்கமுனை சித்திரை நட்சத்திரம், அதன் அதிபதி செவ்வாய், பெண் ஜாதகத்தில் சந்திரன் நின்ற ராசி விருச்சிகம், ஆண் ஜாதகத்தில் செவ்வாய் நின்ற ராசி கன்னி, விருச்சிகம்/கன்னி ராசிகளுக்கிடையே அமைந்த நெருக்க நிலை 3/11 ஆக அமைந்துள்ளது. இது மிகவும் உத்தமம் என்ற நிலையை காட்டுகிறது. எனவே தம்பதிகளின் திருமண வாழ்க்கை சிறப்பாய் அமைந்துள்ளது. இம்முறையை பின்பற்றி பொருத்தம் பார்ப்பது நல்ல சிறப்பான வழியாகும். பின்பற்றி பயனடைய வேண்டுகிறேன்.

28. பாவபலன் நிர்ணயம்

ஒரு பாவாதிபதி 3, 6, 8, 12-ல் மறைந்தாலும், பாவாதிபதி அமர்ந்த வீட்டின் அதிபதி 3, 6, 8, 12-ல் மறைந்தாலும், நீசம் ஆனாலும் அந்த பாவத்தினால் கிடைக்கக்கூடிய நற்பலன்கள் ஜாதகருக்கு கிட்டாமல் போகும். கிடைத்தாலும் சொற்ப சுகம் மட்டுமே அடைய முடியும். முழுமையான திருப்தி அடைய முடியாது.

உதாரண ஜாதகம் எண் : 21

	செ	சந்	ல சனி கே
	5.1.1974 ராசி ரோகிணி		
கு சு			
ர சூ பு			

இந்த ஜாதகத்தில் 7-ம் பாவாதிபதியான குரு 8-ல் மறைந்து நீசமடையவும், களத்திர காரகாதிபதியான சுக்கிரன் 8-ல் மறையவும், குடும்பாதிபதியான சந்திரன் 12-ல் மறையவும், புத்திர ஸ்தானாதிபதியான சுக்கிரன் 8-ல் மறையவும், புத்திர காரகனாகிய குரு 8-ல் மறைந்து நீசமடையவும். லக்கினம் மற்றும் சுக ஸ்தானாதிபதியான புதன் 7-ல் கேந்திரம் பெற்றாலும், அவர் அமர்ந்த வீட்டின் அதிபதியான குரு 8-ல் மறைந்ததால், புதன் வலிமை குன்றி போகும் நிலையை அடைந்துவிட்டது. இந்த மாதிரியான அமைப்பு ஜாதருக்கு திருமணம், குழந்தை பாக்கியம் ஆகியவற்றை தடைசெய்து, தாமதப்படுத்திக் கொண்டே போகிறது. ஜாதகருக்கு 35-வயது வரை திருமணம் நடக்கவில்லை.

(27 சூத்திரம் உதாரணம்)

			கே
செ	பெண் 1954 அனுசம் - 1		கு
ர ல	சந் சூ	பு, சு சனி	

			சனி ரா
	ஆண் 1944 அனுசம் - 3		ல
			வி
சு கே	சூ, பு செ, சந்		

மேற்கண்ட தம்பதிகளுக்கு டிசம்பர் 1969-ல் திருமணம் நடந்தது. மூன்று குழந்தைகளுடன், கோவையில் நல்ல முறையில், சொந்த வீடு கட்டி வாழ்ந்து வருகிறார்கள். இருவர் லக்கனங்கள் 6/8 ஆக இருந்தும், ஏக நட்சத்திரம் ஆக இருந்தும், செவ்வாய், சுக்கிரன் இருவர் ஜாதகங்களிலும் நெருக்கமாக அமைந்ததால், சந்தோஷமாக தம்பதிகள் 2013 வரை வாழ்ந்து வருகிறார்கள். செவ்வாய், சுக்கிரன் 3/11, 2/12 என்ற நெருக்கநிலை இவர்களுக்கு சாதகமாக அமைந்தது காரணமாகியது.

29. லக்னத்திலிருந்து சந்திரன் நின்றது

எந்த லக்கினத்திற்கும் 1, 2, 3, 4 வீட்டிற்குள்ளாக சந்திரன் அமைந்தால், ஜெனன காலத்தில் இருந்தால், அவ்வாறு அமையப்பெற்ற ஜாதகன் எவ்வகையிலேயும் முன்னேறி விடுவான். பிரச்சனைகளை சமாளித்து முன்னேறுவான்.

லக்கினத்திலிருந்து 6, 8, 12 வீடுகளில், ஜெனன காலத்தில் சந்திரன் அமையப்பெற்ற ஜாதகர்கள், சிரமப்பட்டும் முன்னேற முடியாமல் கஷ்டப்படுவார்கள். நிறைய தடைகளை சந்திக்க வேண்டும். திருப்தியற்ற வாழ்க்கை தான் அமையும்.

உதாரண ஜாதகம் எண் : 24

இந்த ஜாதகத்தில் 25-வது சூத்திரம் கூறியபடி சூரியன் / சந்திரன் 6/8-ல் காணப்படுவதால் நடுவயதில் வெளியூர் சென்று தொழில் செய்து வருகிறார். லக்கினத்திற்கு, 3-ல் சந்திரன் உள்ளதால், சிறுவயதிலேயே பூர்வீகம் விட்டு வெளியேறி, பிரச்சனைகளை சமாளித்து முன்னேறிக்கொண்டு இருக்கிறார்.

		சனி	சுக் சூ
	6.7.1971 கேட்டை		பு கே
செ ர			
	சந் கு		ல

30. வருமானம் கிடைக்கும் தொழில் வகைகள்

எந்த ஒரு லக்கினத்திற்கும், 2-ம் வீட்டின் அதிபதி லக்கினத்தில் இருந்தால், ஜாதகர் தனது சொந்த உடல் உழைப்பால், தனது சுய சிந்தனை மூலம் செய்யும் காரியங்கள், தனது கையிருப்பு ரொக்கம் மூலம், தனது சுய திறமைகளை வளர்த்துக்கொள்ளல்

மூலம் தொழிற்சாலைகள் மூலம், புதிய தொழில் நுட்ப சிந்தனையுடன் விஞ்ஞான வளர்ச்சியை பயன்படுத்துவதன் மூலம், தனது வாழ்நாள் முழுவதும் வருவாய் பெறும் வாய்ப்பு உண்டாகும்.

31. எந்த ஒரு லக்கினத்திற்கும் 2-ம் வீட்டின் அதிபதி அந்த 2-ம் வீட்டிலேயே இருந்தால், சிறந்த பேச்சாற்றல் மூலம், வாக்கு சாதுர்யம் மூலம், உண்மை பேசுதல் மூலம், குறைந்த வட்டிக்கு பணம் பிறரிடம் வாங்கி, அதிக வட்டிக்கு விட்டு அதன்மூலம் லாபம் அடைதல், பொருள்களை கடனாக பெற்று, ரொக்கத்திற்கு விற்று தொழில் செய்தல், விலையுயர்ந்த பொருட்கள் விற்பனை செய்தல், பூர்வீக சொத்துக்களை பராமரித்தல், அதன் மூலம் வருவாய் பெறுதல், கௌரவமிக்க தொழில்கள் நடத்தி வருவாய் பெறுதல், ஆகிய வகைகளினால் வாழ்நாள் முழுவதும் வருவாய் பெறும் வாய்ப்பு உண்டாகும்.

32. எந்த ஒரு லக்கினத்திற்கும், 2-ம் வீட்டின் அதிபதி, 3-ம் வீட்டிலிருந்தால், எழுத்தாளர் பணி மூலம், தைரியமிக்க செயல்கள் மூலம், பட்டிமன்றங்களில் பேசி வருவாய் பெறல், பத்திரிக்கை துறை மூலம், தபால், தந்தி, தொலைபேசி, செல்போன், கம்யூட்டர், கூரியர் ஆகிய துறைகள் மூலம் ஒப்பந்த பணி சார்ந்த துறைகள் மூலம், ஜெராக்ஸ், போட்டோ ஸ்டுடியோக்கள், வீடியோ ஒளிப்பதிவாளர்கள், தொழில் சார்ந்த நூல் வெளியிடல், விளம்பரங்கள் மூலம், கிளார்க் பணிகள் மூலம், புரோக்கர் தொழில், குத்தகை ஒப்பந்த பணிகள் மூலம், அச்சு தொழில்கள் மூலம், பில் கலெக்டர் பணியாளர்கள், மின்துறை பணியாளர்கள், குழாய் வேலை செய்வோர், ஆழ்ந்த ஞாபகசக்தியே தொழிலாக செய்தல், (அஷ்டாவதானிகள், தசாவதானிகள் ஆகியோர், நினைவாற்றல் வளர்ச்சி பெற பயிற்சி கொடுப்பவர்கள் ஆகியோர்கள்) உதவி பணியாளர்கள், பொருட் களை விற்கும் விற்பனையாளர்கள் ஆகிய துறைகள் மூலம் வாழ்நாள் முழுவதும் வருவாய் பெறும் வாய்ப்பு உண்டாகும்.

33. எந்த ஒரு லக்கினத்திற்கும் 2-ம் வீட்டினதிபதி, 4-ம் வீட்டிலிருந்தால், கல்வி மையங்கள் மூலம், காய்கறி, பழங்கள், தானியவயல்கள், விவசாய பண்ணைகள், நூல் நிலையங்கள், ஆகியவை மூலம், குளம், ஏறி, பாலங்கள், அணைகள் ஆகியவற்றில் குத்தகை தொழில்கள் மூலம், வீடு, நிலம், வாகனம், காம்ப்ளக்ஸ்

ஆகியவை மூலம், பெரிய நிறுவனங்களில் வேலை பார்த்தல் மூலம், சமையல் தொழில் மூலம், ஆடு, கோழி, மாடு, பறவைகள், வாத்துபண்ணைகள், மீன் பண்ணைகள், மற்ற உயிரினங்களை பராமரிக்கும் தினக்கூலி பணிகள் மூலம், பள்ளி ஆசிரியர், வீட்டு உபயோகப்பொருள் தயாரிப்பு பணிகள் மூலம், பர்னிச்சர் தயாரிப்பு மூலம், இசைக்கச்சேரி, நடனம், பொதுக்கூட்டம் மேடை அமைப்பு பணிகள் மூலம், சகலவிதமான பொருட்கள் உற்பத்தி செய்தல் மூலம், விவசாயம் மூலம், கடை வியாபாரம் மூலம், கட்டிட பணியாளர்கள், கட்டிட இன்ஜினியர்கள், மரம் ஏறுதல், தச்சு வேலை செய்வோர், மர அறுப்பு மில்கள் நடத்துதல், வாகனம் சார்ந்த தொழில்கள் மூலம், மின் உற்பத்தி நிலையங்களில் பணியாற்றுதல், ஆழ்குழாய் கிணறு தோண்டுதல், தண்ணீர் தொட்டிகள் சார்ந்த பணிகள், புத்தகம், நோட்புக், ஸ்டேசனரி கடைகள் மூலம், உரம் தயாரித்தல், பாய்லர் தொழில் சார்ந்த பணிகள், லாரி பார்சல் சர்வீஸ், ரயில்வே பார்சல் சர்வீஸ், உணவு தானிய கிட்டங்கள், உணவு பொருட்கள் பதப்படுத்தும் நிலையங்கள், பால்பண்ணைகள் ஆகியவற்றில் பணியாற்றுதல், மேலும் இவைகளை நிர்மாணித்தல் ஆகிய பணிகள், ஆகிய தொழில்களில் வாழ்நாள் முழுவதும் வருவாய் பெறும் வாய்ப்பு உண்டாகும்.

34. எந்த ஒரு லக்கினத்திற்கும் 2-ம் வீட்டினதிபதி, 5-ம் வீட்டிலிருந்தால், ஒழுக்கம் மிக்க தெய்வபணிகள் மூலம், ஆயக்கலைகள் 64-ன் மூலமும், விளையாட்டு மூலம், ஆன்மீக போதனைகள் மூலம், நுண் அறிவு சார்ந்த யோசனைகள் மூலம், கலை அரங்குகள் மூலம், காதலர்கள் மூலம், நிலையான உடல் அழகு மூலம் (ஆணழகன், உலக அழகி ஆகிய போட்டிகளில் பரிசு பெறுதல், போட்டி நடத்துதல்) விபச்சாரம் மூலம், சமய சடங்குகள் மூலம், ஷேர் புரோக்கர் தொழில் மூலம், கம்பெனி ஷேர்களில் முதலீட்டின் மூலம், வேதம் ஓதுதல், வேதம் சொல்லிக் கொடுத்தல், ஜோதிடம், விளையாட்டு பொருட்கள் தயாரிப்பு மூலம்,

கதை, கவிதை, கட்டுரைகள், சினிமா துறை சார்ந்த எழுத்துப் பணிகள், பெண் புரோக்கர், அரசியல் சார்ந்த பணிகள், நூல் சரிபார்த்தல், விளையாட்டு மையங்களில் வேலை, கலை அரங்குகளில் வேலை, திருமண பதிவு அலுவலகத்தில்

வேலை, லாட்ஜ், ஓட்டல், விபச்சார விடுதிகளில் வேலை, ஆபாச நடன அரங்குகளில் வேலை, மது அருந்தும் பார்களில் வேலை, சமய சடங்குகள் செய்யுமிடத்தில் வேலை, யாகங்கள் நடத்துதல், தீர்த்த யாத்திரைக்கு அழைத்து செல்லல், யோகிகளாக இருத்தல், தெய்வ அருள் வாக்கு சொல்லுபவர்கள், மத போதகர்கள், கலைத்துறை பணியாளர்கள், நடிகர்கள், நடிகைகள், பாடகர்கள், கவிஞர்கள், ஓவியர்கள், சங்கீத வித்துவான்கள், பிரசவம் பார்ப்பவர்கள், வைட்டமின் மருந்து தயாரிப்பாளர்கள் ஆகிய துறைகளில் பணியாற்றுதல் மூலம் வாழ்நாள் முழுவதும் வருவாய் பெறும் வாய்ப்பு உண்டாகும்.

35. எந்த ஒரு லக்கினத்திற்கும் 2-ம் வீட்டினதிபதி, 6-ம் வீட்டிலிருந்தால், பந்தயம், போட்டிகளில் வெற்றி மூலம் ஆதாயம், மருத்துவ உதவி பணம், உணவு பொருட்கள் விற்பனை நிலையங்கள் மூலம், உடைகள் தைத்தல் மற்றும் வாடகைக்கு விடுதல், உடைகள் சலவை செய்து கொடுத்தல், மருந்து தயாரித்தல், வைத்தியம் செய்தல், உடல் உழைப்பு மூலம், வழக்கறிஞர் தொழில், சம்பளம் வாங்குதல், வீட்டு வாடகை வருமானம், வாடகை பாத்திர கடை, வாடகை பொருட்கள் மூலம்.

போட்டி தேர்வு மையங்களில் பணியாற்றுதல், மருத்துவ மனைகளில் நர்ஸ்கள், உதவியாளர்கள் பணிகள், துணி நெசவு தொழிற்சாலை சார்ந்த பணிகள், தங்கும் விடுதிகளில் வேலை, மருத்துவ பரிசோதனை மையங்களில் வேலை செய்தல், உணவு தயாரித்தல், ஓட்டல் நடத்துதல், ஆடு, மாடு, கோழி, மீன் வளர்ப்பு பண்ணைகளில் வேலைகள், கொடுக்கல், வாங்கல் செய்வோர், தினக்கூலி வேலை செய்வோர் ஆகிய துறைகளில், வாழ்நாள் முழுவதும் வருமானம் பெறும் வாய்ப்பு உண்டாகும்.

36. எந்த ஒரு லக்கினத்திற்கும் 2-ம் வீட்டினதிபதி, 7-ம் வீட்டிலிருந்தால், மக்கள் சமூகத்தின் மூலம் லாபம், அரசு மான்யங்கள், அரசு லைசென்ஸ்சுகள் மூலம் லாபம், கூட்டாளிகள் மூலம் லாபம், மனைவியின் மூலம் லாபம், வரி ஏய்ப்பு மூலம் லாபம், சமூக சேவா மையங்களில் பணியாற்றுதல், அரசு அதிகாரிகளுக்கு கைக்கூலியாக இருத்தல், திருமண புரோக்கர் வேலை, லேபர் கான்ட்ராக்டர், ஆகிய துறைகள் மூலம் வாழ்நாள் முழுவதும் வருமானம் பெறும் வாய்ப்பு உண்டாகும்.

37. எந்த ஒரு லக்கினத்திற்கும் 2-ம் வீட்டினதிபதி, 8-ம் பாவத்தில் இருந்தால், பெரியோர் பழிக்கும் இழிவான, தரம் தாழ்ந்த வகைகளில் வருமானம் பெற முயற்சித்தல், பழைய பொருட்கள் விற்பனை மூலம், அசுத்தமான இடங்களில் துப்புரவு பணியாற்றுதல், விபத்து பிரிவல் பணிபுரிதல், லஞ்சம் வாங்கதல், சவகிடங்கில் பணி, திருடுதல், ஏமாற்றுதல் மூலம், இன்சூரன்ஸ் மூலம், உயில் மூலம், கடினமான உடல் உழைப்பு தேவைப்படும் தொழில்கள், கொத்தடிமை வேலை, பழைய பொருட்கள் பழுதுபார்க்கும் வேலை ஆகிய பணிகள் செய்வதின் மூலம் வாழ்நாள் முழுவதும் வருமானம் பெறும் வாய்ப்பு உண்டாகும்.

38. எந்த ஒரு லக்கினத்திற்கும் 2-ம் வீட்டினதிபதி, 9-ம் வீட்டி லிருந்தால், நம்பிக்கையாய் பணியாற்றுதல் மூலம், பூர்வீக சொத்துக்களை பராமரிப்பதன் மூலம், புகழ் பெற்ற செயல்கள் புரிவதின் மூலம் சன்மானம் பெறுதல், தலைமை பதவி மூலம், ஆராய்ச்சிகள் மூலம், அன்னியருடன் நெருங்கி பழகுதல், மூலம், தூதுவராக பணியாற்றுதல் மூலம், தெய்வீக பணிகள் மூலம், தர்ம ஸ்தாபனங்கள் மூலம், வெளிநாட்டு வாழ்க்கை மூலம், தானம் செய்வதன் மூலம், ஒப்பந்தங்கள் மூலம், பழமை வாய்ந்த ஞாபக சின்னங்களை பராமரிப்பதின் மூலம்.

துறைமுகங்களில் பணியாற்றுதல், வேலை மாற்றுதல் செய்யும் நிர்வாகப்பணி சார்ந்த துறைகள், ஏற்றுமதி, இறக்குமதி தொடர்புடைய அலுவலகங்களில் பணிபுரிதல், ஆலய பூசாரி வேலை, பாஸ்போர்ட் அலுவலங்கங்களில் வேலை, நீதிமன்றங்களில் வேலை.

சமூக சேவா மையங்கள், ரிஜிஸ்டர் ஆபிஸ் சார்ந்த பணிகள், விண்வெளிக்கு அனுப்பும் ஏவுகணைகள் சார்ந்த துறைகளில் பணியாற்றுதல், வெளிநாட்டு வேலை வாய்ப்பு தொடர்புடைய அலுவலக பணிகள், தேச தலைவராகுதல், ஆய்வாளர்கள், நீதிபதிகள், அரசாங்க நிதி துறைகள், போக்குவரத்து துறை சார்ந்த பணிகள், தகவல் தொடர்பு, புரொபஸர், மின்சாரம், தண்ணீர் குழாய், எண்ணெய் கிணறு சுரங்கம் சார்ந்த பணிகள், ஆசிரியர் பணி ஆகிய துறைகளில் பணியாற்றுதல் மூலம் வாழ்நாள் முழுவதும் வருவாய் பெறும் வாய்ப்பு உண்டாகும்.

39. எந்த ஒரு லக்கினத்திற்கும் 2-ம் வீட்டினதிபதி, 10-ம் வீட்டிலிருந்தால், கௌரவமிக்க பணிகள் மூலம், நிர்வாகத் திறமையுள்ள துறைகளில் மேலாண்மை பணியாற்றுதல் மூலம், பொறுப்பு மிக்க ஆலோசகர் பணிகள், உயர் அதிகாரியாவதின் மூலம்.

சொகுசு மிக்க கௌரவ பதவிகள் மூலம், சுங்க இலாகா, வருமான வரி, விற்பனை வரி ஆகிய துறை சார்ந்த அலுவலக பணிகள் ஆகிய துறைகளில் பணியாற்றுதல் மூலம் வாழ்நாள் முழுவதும் வருமானம் பெறும் வாய்ப்பு உண்டாகும்.

40. எந்த ஒரு லக்கினத்திற்கும் 2-ம் வீட்டினதிபதி 11-ம் வீட்டிலிருந்தால், பேராசையுடன் செயல்பட்டு பொருளீட்டுதல், சொகுசுமிக்க பதவிகளில் பணியாற்றுதல், உல்லாச, சல்லாபங்கள் மூலம் லாபம் பெறுதல், சங்கங்கள் மூலம் லாபம், எதிலும் வெற்றியடைந்து லாபம் பெறுதல், நண்பர்களால் லாபம், விளையாட்டுகளில் வெற்றியடைதல், தன் மனம் விரும்பிய துறைகளில் பணியாற்றுதல்.

பட்டயக்கல்வி பயிலுதல், அதனால் உயர் பதவிகளில் பணியாற்றுதல், ஆராய்ச்சிகளில் சித்தி பெறல், ஒப்பந்தங் களினால் அதிர்ஷ்டம் அடைதல், தொழில் செய்வதில் சாதனை படைத்தல், செய்யும் தொழில்களில் அதிநவீன முறைகளை பயன்படுத்தி புகழ்பெற்ற வெற்றிகளை அடைதல் ஆகிய துறைகளில் பணியாற்றுதல் மூலம் வாழ்நாள் முழுவதும் வருமானம் பெறும் வாய்ப்பு உண்டாகும்.

41. எந்த ஒரு லக்கினத்திற்கும் 2-ம் வீட்டினதிபதி 12-ம் வீட்டிலிருந்தால் ரகசிய செயல்கள் மூலம், பணம் முதலீடு செய்து, அதனால் லாபம் பெறுதல், சேமிப்பு பணத்திலிருந்து வட்டி பெறுதல், குறைந்த வட்டிக்கு பணம் கடன் வாங்கி, கூடுதல் வட்டி கடன்களை தீர்த்து, லாபம் பெறும் முயற்சிகள், வைத்தியம் செய்தல், ஆராய்ச்சி துறை சார்ந்த கல்வி மற்றும் அவை சார்ந்த பணிகள், மறைந்த விஷயத்தை கண்டுபிடித்து கூறல் (ஜோதிடம்) மூலதனம் போட்டு செய்யும் தொழில்கள், இரட்டை தொழில்கள் செய்தல் ஆகிய துறைகளில் பணியாற்றுதல் மூலம் வாழ்நாள் முழுவதும் வருமானம் பெறும் வாய்ப்பு உண்டாகும்.

42. எந்த ஒரு லக்கினத்திற்கும் 2-ம் வீட்டினதிபதி, லக்கினத்தி லிருந்து 12 வீட்டிலும் இருந்தால் என்னென்ன தொழில் மூலம் வருவாய் கிடைக்குமென்பதை முன் பகுதியில் கூறப் பட்டுள்ளது. இந்த சூத்திரத்திற்கு

உதாரணம் : 25

இந்த உதாரண ஜாதகத்தில் 2-ம் வீட்டினதிபதியான செவ்வாய், லக்கினத்திற்கு 11-ம் வீட்டில் உள்ளதால், மேற்கூறியபடி 2-ம் வீட்டினதிபதி, 11-ல் இருந்தால் என்னென்ன தொழிலில் வருவாய் கிடைக்குமென கூறப்பட்டபடியான தொழில் களில் ஒன்றை செய்து முன்னேறலாம்.

	ரா		
	உதாரண ஜாதகம் எண் – 25 12.09.2004		சனி சுக் சந்
			சூ பு செ
		ல கே	

43. எந்த ஒரு லக்கினத்திற்கும் 2-ம் வீட்டினதிபதி லக்கினம் முதல் எண்ணிவர எந்த வீடாக வருகிறதோ, அந்த வீடு காட்டும் தொழில் செய்யலாம்.

44. 2-ம் வீட்டினதிபதி, எதாவது ஒரு வீட்டில் தனித்திருந்தாலும், பல கிரகங்களுடன் சேர்ந்திருந்தாலும், அந்த வீட்டின் தொழிலை செய்ய வாய்ப்புண்டு.

45. ஒருவருடைய 2-ம் வீடு, மேஷம் முதல் மீனம் வரை எண்ணி வர, எத்தனையாவது வீடாக வருகிறதோ, அந்த வீட்டின் தொழில்கள் மூலம் வருவாய் உண்டு.

ஆக சூத்திரம் 43, 44, 45 ஆகியவற்றில் கூறியபடி, அவரவர் ஜாதகத்தில் காட்டும் வீட்டுக்குரிய தொழில்களில் ஒன்றையோ, இரண்டையோ தேர்ந்தெடுத்து செய்து வருவாய் ஈட்டலாம். கூறப்பட்ட தொழில்களில் மனதிற்கு பிடித்த தொழிலை செய்து வருவாய் பெறலாம்.

உதாரண ஜாதகம் : 26

சனி கே	பு	சூ சு	
	25.05.1967		ல
சந் கு			செ
			ரா

மேற்கண்ட ஜாதகத்தின் 2-ம் வீடு சிம்மம் ஆகவும், அது மேஷத்தி லிருந்து எண்ணிவர 5-வது ஆக வருகிறது. ஆகவே 34-வது சூத்திரத்தில் சொல்லப்பட்ட தொழில்களில் வருவாய் உண்டாகும். இவற்றில் ஒன்றை தேர்ந்தெடுத்து தொழிலாகச் செய்து வருவாய் ஈட்டலாம்.

உதாரண ஜாதகம் : 27

	லக்		
	ராசி		
கு செ			

லக்கினம் மேஷமாகி, லக்கினாதிபதி 10-ல் உச்சம் பெற்று, 9-க்குடைய குரு 10-ல் நீசம் பெற்றால், ஜாதகர் பிறக்கும் முன்பு அவர் தந்தை மறைந்துவிடுவார். 10-ஆம் இடத்தை கர்மஸ்தானம் என்றும் அழைப்பதால், தந்தைக்கு கண்டம் உண்டாகிறது. பெண் குழந்தையாயின் தந்தைக்கு பாதிப்பு இல்லை.

உதாரண ஜாதகம் : 28

	லக்		
	ராசி		
	சுக்	சூரி	சுக்

லக்னம் மேஷமாகி, புத்திர ஸ்தானதிபதியான் சூரியன் 7-ல் நீசமாக, சூரியன் நின்ற வீட்டதிபதி சுக்கிரன் 6/8-ல் மறைந்தால், புத்திரர் ஏற்படும் காலத்தில் கணவன் / மனைவிக்கு மாரகம் ஏற்படும்.

உதாரண ஜாதகம் : 29

லக்னம் மேஷமாகி, 3-க்குடையவர் ஆட்சி பெற்று, களத்திர ஸ்தானாதிபதி மூன்றில் மறைந்தால், மேலும் சனி 1.5.9 இவற்றில் ஏதாவது ஓரிடத்தில் நின்றிருந்தால், ஜாதகரின் வாழ்க்கை துணைக்கு, ஜாதகரின் பின் சகோதரத்தால் களங்கம் ஏற்படும். அல்லது எதிரியினால் களங்கம் ஏற்படும்.

லக் சனி		புத சுக்
	ராசி	சனி
சனி		

உதாரண ஜாதகம் : 30

லக் சனி, சுக் கே		
	ராசி	
	சந்	செ ரா

லக்னம் மேஷமாகி, 4-க்குடையவன் நீசமாகி, செவ்வாய் வீட்டில் சனி, சுக்கிரன், கேது சேர்க்கை, லக்கினாதிபதி 7-ல் ராகுவுடன் இம்மாதிரி அமைப்புள்ள ஜாதகன் தன் மனைவி மற்றும் பெண்களை தவறான வழியில் பயன்படுத்தி ஜீவனம் பண்ணுவான்.

உதாரண ஜாதகம் : 31

லக்னம் மேஷமாகி, லக்னாதிபதி 6-ல் 2, 7-க்குடையவன் 6-ல், 5-க்குடையவன் 6-ல், 6-க்குடையவன் உச்சம். 10, 11-க்குடையவன் 12-ல், லக்னம், 7-ல் சர்ப்ப கிரகங்கள், இந்த மாதிரியான அமைப்பு ஜாதகரை வறுமை, கடன் தொல்லை, எதிரியால் குடும்பம் அழியும் நிலையை ஏற்படுத்தும்.

சனி	லக் கே	
	ராசி	
	ரா	சூ, சுக் புத, செ

உதாரண ஜாதகம் : 32

லக்னம் மேஷமாகி குரு 5-ல் தனித்து இருக்க ஆண் வாரிசு இல்லை. செவ்வாய் மட்டும் தனித்த 5-ல் இருக்க குழந்தைகள் மிகுந்த துன்பத்திற்கு ஆளாகும். சனி மட்டும் தனித்து இருக்க குழந்தை பாக்கியம் இல்லை.

	லக்		
	ராசி		
			கு செ சனி

உதாரண ஜாதகம் : 33

ராகு / கேது		லக்	
	ராசி		ராகு / கேது
		ராகு / கேது	

லக்கினம் ரிஷபமாகி, சர்ப்ப கிரகங்களாகிய ராகு, கேது 3, 6, 11-ல் தனித்திருக்க, இவர்களின் திசை நடக்கும் காலங்களில் அளவற்ற ஐஸ்வர்யம் ஜாதகர்க்கு உண்டாகும்.

உதாரண ஜாதகம் : 34

லக்கினம் மேஷமாகி, 4-ல் ராகு அமர, 4-க்குடைய சந்திரன் 5-ல் இருக்க, 5-க்குடையோன் 6-ல் மறைய, தாய் இறந்து, பெண் குழந்தை பிறக்கும். இந்த மாதிரியான அமைப்பு குழந்தை ஜாதகத்தில் இருக்கும்.

	லக்		
	ராசி		ரா
			சந்
			சூ

உதாரண ஜாதகம் : 35

	ராசி		
லக்			
		சந்	

லக்கினம் மகரம் ஆகி 7-க்குடையவன் 10-ல் இருக்க பாவ கிரகங்கள் கூட இருந்தால், சந்திரன் திசை நடந்தால் வாழ்க்கை துணைக்கு மாரகம் ஏற்படும். சந்திர திசை திருமண காலத்தில் நடந்தால், திசை முடியும் வரை திருமணம் செய்ய வேண்டாம். பின்னர் செய்ய பாதிப்பு இருக்காது.

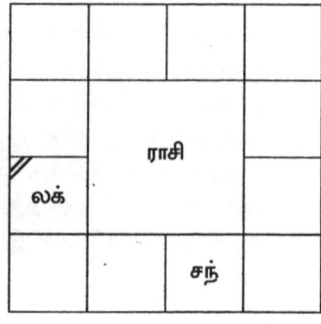

உதாரண ஜாதகம் : 36

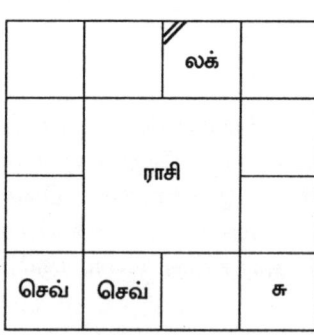

		லக்	
	ராசி		
செவ்	செவ்		சு

லக்கினம் ரிஷபமாகி, லக்கினாதிபதி சுக்கிரன் 5-ல் நீசமடைந்தால், புத்திர தோஷம் புத்திரன் பிறந்தால் ஜாதகனுக்கு மாரகம் (அ) பெரும் கண்டம் ஏற்படும். புத்திர பிறந்தால் சொத்துக்கள் நாசமடையும். பூர்வீக சொத்துக்கள் நஷ்டமாகும். சுக்கிர திசை முடிந்திருந்தால் பாதகம் இல்லை.

7-ல் செவ்வாய் இருந்தால் நல்ல மனைவி அமையும்.

8-ல் செவ்வாய் இருந்தால் மாங்கல்ய தோஷமாகும்.

பெண் ஜாதகம் இந்த அமைப்பில் இருந்தால், அது கணவனுக்கு மாரகம் (அ) மாரகத்துக்கு ஒப்பான கண்டத்தை கொடுக்கும்.

உதாரண ஜாதகம் : 37

	லக்		
	ராசி		
			சந்,செவ் ராகு, சனி

லக்கினம் ரிஷபமாகி, ஆண் ஜாதகமாயிருந்தால், 5-ல் சந்திரன், செவ்வாய், ராகு, சனி ஆகிய கிரகங்கள் சேர்ந்திருந்தால், சகோதரனால் குழந்தை உண்டு அல்லது மருத்துவம் மூலம் குழந்தை உண்டாகும்.

உதாரண ஜாதகம் : 38

சனி கே	சந்	லக் சூ, சுக் பு, செவ்	
	ராசி		
குரு			ரா

லக்கினம் ரிஷபம், அஷ்டமத்தோன் 6.8.11-ல் நிற்க அவனாயுள் தீர்க்கம். இந்த ஜாதகத்தில் 8-க்குடையவன் 8-ல் நிற்பது ஜாதகனுக்கு தீர்க்காயுள் எனகாட்டுகிறது. 9-க்குடையகுவன் நீசமாக பாம்புடன் கூடினால் தந்தைக்கு மாரகம் நிச்சயம். நீசம் பெறாமல் பாம்புடன் கூடினால் தொல்லைகள் மட்டுமே. கேது திசை முடிந்து ஜாதகன் சுக்கிரன் சூரியன் திசையில் பிறந்தால் தோஷம் இல்லை.

உதாரண ஜாதகம் : 39

		லக் சந் புத, சனி	
	ராசி		
சந் புத சனி			
			சந் புத சனி

லக்கினம் ரிஷபமாகி, சந்திரன், புதன், சனி ஆகிய மூவரும் சேர்ந்து லக்கினம், 5-மிடம், 9-மிடம் இவற்றில் ஏதாவது ஒன்றில் இருக்க இவர்களின் திசாகாலத்தில் பிரபல யோகம் உண்டாகும்.

உதாரண ஜாதகம் : 40

		லக்	
	ராசி		
			சுக்

ரிஷபம் லக்கினமாகி, லக்கினாதிபதியும், களத்திராதிபதியும் ஆன சுக்கிரன் நீசம் அடைய பெண் வாரிசு மிஞ்சும், வாரிசு வரும் காலத்தில் ஜாதகர்க்கு மாரகம் ஏற்படும்.

உதாரண ஜாதகம் : 41

செவ் புத		லக்	
	ராசி		

லக்கினம் ரிஷபமாகி, 5-க்குடையவன், 12-க்குடையவனுடன் கூடி, மீனத்தில் நீசமடைந்தால் புத்திர பாக்கியம் இல்லை. இதுவே பெண் ஜாதகமாயின் தாய், மகவு இருவருக்கும் கண்டம் உண்டாகும்.

உதாரண ஜாதகம் : 42

		லக் சந்	
	ராசி		செவ் சந்

லக்கினம் ரிஷபமாகி, 7-க்குடைய செவ்வாய் கடகத்தில் நீசமானால், இந்த மாதிரி அமைப்புடைய ஜாதகம், திருமணத்திற்கு பின்பு புகுந்த வீட்டின் செல்வாக்கு குறையும். களத்திரகாரகன் 3-ல் நீசமடைவதால், இது 4-ம் பாவம் ஆன வீட்டை சேதப் படுத்தும். களத்திரம் அமைந்த பின்பு இந்த கிரகம் வேலை செய்வதால், புகுந்த வீட்டின் பலன் என கூறப் பட்டுள்ளது. திருமணத்திற்கு பிறகு இந்த தோஷம் வேலை செய்யும். ஆயினும், சந்திரன் கடகம், ரிஷபத்தில் இருப்பின் கெடுபவலன் குறையும். இக்கருத்து நடைமுறைக்கு / அனுபவத்தில் ஒத்துவருகிறது.

உதாரண ஜாதகம் : 43

	செவ் சுக்	லக்	பு
	ராசி		
			குரு புத

லக்கினம் ரிஷபமாகி 5-க்குடைய புதன் 2-மிடத்தில் இருந்தால் புத்திரநாசம் உண்டாகும். புதன் 5-ல் இருக்க நல்ல புத்திரர் உண்டு. புத்திரகாரகன் குரு 5-ல் இருக்க புத்திரநாசம் உண்டாகும். இந்த லக்கினத்திற்கு 7-க்குடையவனும், 6-க்குடையவனும் சேர்ந்து 12-ல் மறைய களத்திர தோஷம் உண்டாகும்.

உதாரண ஜாதகம் : 44

லக்கினம் மிதுனம், 1-5க்குடைய புதன், சுக்கிரனை, 6, 8-க்குடைய செவ்வாய், சனி பார்க்க, இவர் களின் திசாண் காலங்களில் பிரிவினை, விவாகரத்து ஏற்படும்.

			லக் புத சுக்
	ராசி		
செவ் சனி			

உதாரண ஜாதகம் : 45

			லக் சனி
	ராசி		
			புத
		செவ்	சுக்

லக்கினம் மிதுனம் லக்கினத்தில் பாவ கிரகம் நிற்க. லக்கினாதிபதி 3-ல் மறைய, 5-க்குடைய சுக்கிரன் நீசம் அடையவும், 6-க்குடையவன் பூர்வ புண்ணிய ஸ்தானத்தில் இருந்தால், பூர்வீக சொத்துக்கள் ஜாதகனுக்கு கிடைக்காமல் நஷ்டமாகும்.

உதாரண ஜாதகம் : 46

லக்கினம் மிதுனம் - களத்திர ஸ்தானாதிபதி 8-ல் நீசமடைந்தால் களத்திர தோஷம். பெண் ஜாதக மாயின் கணவனுக்கு கண்டம், பிரிவினை உண்டாக்கும், ஆண் வாரிசு இல்லை.

			லக்
	ராசி		
குரு			

உதாரண ஜாதகம் : 47

			லக்
	ராசி		குரு சந்

லக்கினம் மிதுனம் 7, 10-க்குடைய குரு 2-ல் உச்சம்பெற, அந்த வீட்டதிபதி சந்திரன் ஆட்சி பெற்றால், ஆண் ஜாதகமாயின் செல்வசீமான் வீட்டுப்பெண் மனைவியாக வருவாள். பெண் ஜாதகமாயின் நல்ல பண்புள்ள, வசதிமிக்க கணவன் கிடைப்பான்.

உதாரண ஜாதகம் : 48

		குரு புத	லக்
	ராசி		
குரு புத			குரு புத
	குரு புத		

லக்கினம் மிதுனம் 1,7-க்குடைய புதனும், குருவும் சேர்ந்து 3, 6, 8, 12 இவ்விடங்களில் எங்கு இருந்தாலும் தம்பதிகளிடையே விவாகரத்து பெற வைக்கும். அல்லது பிரிந்து வாழ்வார்கள்.

உதாரண ஜாதகம் : 49

லக்கினம் கடகம், 6, 9-க்குடைய குரு 7-ல் நீசம் அடைந்தால் களத்திர தோஷம், திருமணத்தில் பிரிவு ஏற்படும். குரு, ராகு சேர்ந்து இருந்தால் ஒன்றுக்கு மேற்பட்ட களத்திரம் ஏற்படுத்தும். ஜாதகரின் தகப்பனார்க்கு மாரக கண்டம் ஏற்படுத்தும். தந்தை வழி சொத்துக்கள் விரயமாகும். இது திருமணத்திற்கு பிறகு நடக்கும். வாழ்க்கை துணையால் கெட்ட பெயர் உண்டாகும்.

	ராசி		லக் கேது
குரு ராகு			

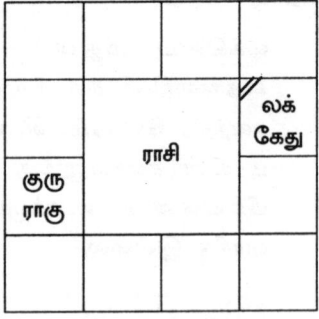

உதாரண ஜாதகம் : 50

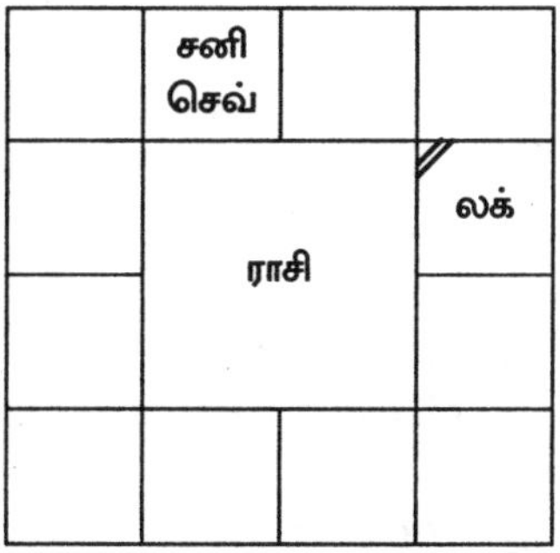

லக்கினம் கடகம் 5-க்குடையவன் 10-ல் ஆட்சிபெற, 7-க்குடையவன் 10-ல் நீசம் பெற, இம்மாதிரி அமைப்புள்ள பெண் கருத்தரித்து குழந்தையை பெற்றெடுப்பது மிக அரிது. அனேக கஷ்டங்கள் ஏற்படுத்தும். சிரமத்தில் குழந்தை பிறந்ததும், கணவனுக்கு கெடு பலன்கள் தொடங்கும். கணவர்வழி சொத்துக்கள் அழியும்.

	சனி செவ்		
			லக்
ராசி			

உதாரண ஜாதகம் : 51

சூ, சு, பு			
சனி செவ்	ராசி		லக் குரு சந், ரா
கே			

கால சர்ப்ப யோக ஜாதகம் லக்கினத்தில் உள்ள மூன்று கிரகங்களில் ராகுவே அதிக பலம் உடையது. கடகத்தில் உள்ள ராகு தன் திசையில் ராஜயோகத்தை கொடுக்கும். ஆனால் ராகு, கேதுக்கள் தான் சேர்ந்த கிரகங்களின் காரகத்தை கெடுத்து யோகம் தருவார்கள். அல்லது குடும்பத்தை விட்டு வெளிநாடு, தொலைதூரங்களில் பணியாற்றுவதன் மூலம் யோகத்தை தருவார்கள்.

உதாரண ஜாதகம் : 52

லக்கினம் கடகம், பெண் ஜாதகத்தில் 4-5-க்குடையவன் கூடி 12-ல் மறையவும். 5-ல் ஒரு பாவ கிரகம் இருக்கவும். குழந்தை பாக்கியம் இல்லை.

		கேது	சுக் செவ்
	ராசி		லக்
	ரா		

பிரம்மஸ்ரீ திருவருட்செல்வன்

உதாரண ஜாதகம் : 53

			சுக் செவ்
	ராசி		லக்
குரு			

லக்கினம் கடகம், 4, 5-க்குடைய சுக்கிரன், செவ்வாய் கூடி 12-ல் மறையவும். புத்திரகாரகன் ஆகிய குரு ஆட்சி பெற்று 6-ல் மறைந்தால் பெண் ஜாதகமாயின், அப் பெண்ணிற்கு அடிக்கடி கர்ப்பச்சிதைவு ஏற்படும்.

உதாரண ஜாதகம் : 54

	ராசி		செவ் சனி
குரு			லக்
	சந்		

லக்கினம் சிம்மம், *4*-க்குடைய செவ்வாய் நீசமடைந்து 12-ல் நிற்கவும். செவ்வாய் நின்ற வீட்டதிபதி சந்திரன் 4-ல் நீசமடையவும், அவன் அமர்ந்த வீட்டதிபதி 12-ல் மறையவும், சொந்தமாக வீடுகட்டி வாழும் வாய்ப்பு கிடைப்பது அரிது. இந்த மாதிரி அமைப்பு உள்ளவர்கள் வாடகை வீட்டில் இருப்பது மேன்மை தரும்.

உதாரண ஜாதகம் : 55

		சூ கேது	சனி புத
குரு	ராசி 1974 ஆண்		செவ்
			லக்
சந்	ரா		

லக்கினம் சிம்மம், *5-8*-க்குடைய குரு 7-ல் இருந்தால் திருமண தடை, கால தாமதமாக திருமணம், புத்திர தோஷம் ஆகியவற்றை உண்டாக்கும். இந்த உதாரண ஜாதகர், தொழிலதிபர் இவருக்கு *30* வயது வரை திருமணம் இல்லை. புத்திரகாரகனும், புத்திர ஸ்தான அதிபதியும் ஆன குரு சனி வீட்டில் உள்ளதாலும், குரு அமர்ந்த வீட்டின் அதிபதி சனி புதன் மனையில் அமர்ந்தால் பெண் குழந்தை பிறக்கும்.

உதாரண ஜாதகம் : 56

லக்கினம் சிம்மம் 5-ல் குரு, சிம்ம லக்கினத்திற்கு புத்திர தோஷத்தை தராது, மாறாக நல்ல புத்திர பாக்கியத்தைக் கொடுக்கும். 8-ல் குரு இருப்பது மாங்கல்ய தோஷத்தை தராது. ஆனால் புத்திர தோஷத்தை தரும். பெண் ஜாதகத்தில் 8-ல் புதன் நீசமடைந்தால் மாங்கல்ய தோஷத்தை தரும்.

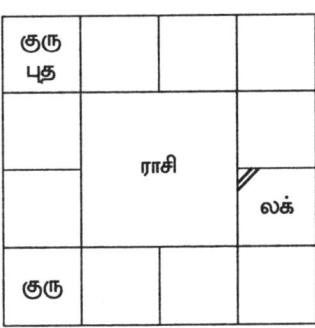

உதாரண ஜாதகம் : 57

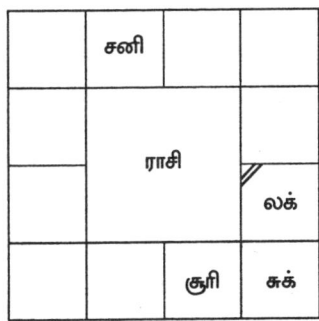

லக்கினம் சிம்மம் 2-மிடம், குடும்ப ஸ்தானத்தில் 3-மிடம் சகாய ஸ்தானத்தில் 9-மிடம் பாக்கிய ஸ்தானதில் நீசமடைந்து கிரகங்கள் நிற்க, இளமையில் தாயார் இவர்களை விட்டுப் பிரிந்து போய் விடுவார். ஆயினும் படிப்படியாக வாழ்க்கையில் முன்னேறி நல்ல நிலைக்கு வந்து விடுவார்.

உதாரண ஜாதகம் : 58

கன்னி லக்கினம் புதன் 7-ல் நீசம் பெற்று, 7-க்குடைய குரு ஆட்சி ஆனால், திருமணம் ஆனபின் ஜாதகனுக்கு மாரகம் உண்டாகும். மனைவிக்கு இவனது சொத்துக்கள் போய் சேரும்.

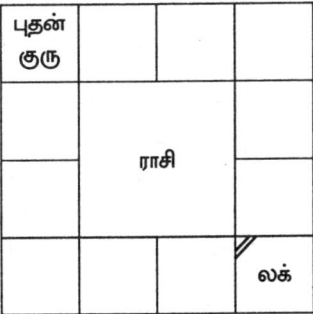

உதாரண ஜாதகம் : 59

கன்னி லக்கினம், குழந்தையின் ஜாதகத்தில் 9-க்குடைய சுக்கிரன் லக்கினத்தில் இருக்க, குழந்தை கர்ப்பத்தில் இருக்கும் பொழுதே தந்தைக்கு மாரகம் உண்டாகும். தகப்பனார் இருக்க குழந்தை பிறந்தால் விசயம் வேறு.

உதாரண ஜாதகம் : 60

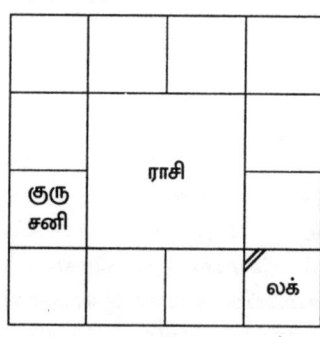

கன்னி லக்கினம், 7-க்குடைய குரு 5-ல் நீசமடைய, 5 உடைய சனி ஆட்சி பெற்றால், ஆண் ஜாதகமாயின், மனைவி மரணம், மனைவியின் சொத்துக்கள் குழந்தைக்கு வரும். மனைவியின் ஜாதகத்தில் லக்னாதிபதி வலுவாக இருப்பின், மாரகம் இல்லை. ஆனால் சொத்துக்கள் நஷ்டம் அடையும். பெண் குழந்தை பிறந்தாலும் மனைவிக்கு மாரகம் இல்லை.

உதாரண ஜாதகம் : 61

லக்கினம் கன்னி லக்கினாதிபதி புதன் 7-ல் நீசமடைந்தால் ஜாதகர்க்கு திருமண வாழ்க்கை ஏற்படுவதில் சிக்கல், தடைகள் ஏற்படும். வாழ்க்கை துணையின் ஜாதகத்திலும் இதே தோஷம் இருப்பின் பிரிவினை அல்லது மாரகம் ஏற்படும். 5-ல் குரு நீசமடைந்தால், புத்திர பாக்கியம் கிட்டும்போது களத்திர தோஷம் கடுமையாக இருக்கும். பிரிவினை ஏற்படும். இம்மாதிரி ஜாதகர்க்கு வரும் மனைவி ஜாதகத்தில் 1, 7-க்குடையவர்கள் ஆட்சி உச்சம் பெற்று இருந்தால் பிரிவினை, கண்டம் ஏற்படாது. எல்லா லக்கினத்திற்கும் இவ்வாறே அமைக்க தம்பதிகள் சௌக்கியமாய் வாழ்வார்கள்.

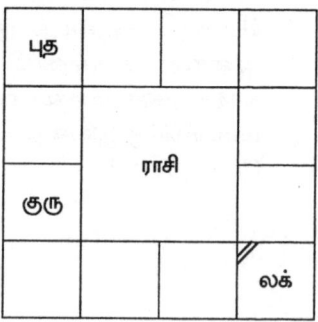

உதாரண ஜாதகம் : 62

செவ்		சூரி	புத, சுக் சனி, கேது
	ராசி		
குரு	பெண்		
ராகு	சந்		லக்

லக்கினம் கன்னி, இந்த பெண்ணின் ஜாதகத்தில் 7-க்குடையவன் 5-ல் நீசமடைந்தால், இவருக்கு முதல் குழந்தை பிறந்தவுடன், இவரது கணவருடன் குடும்பத்தை விட்டு பிரிந்து தனிக்குடித்தனம் போனார். இவர்களுக்கு இரண்டாவது குழந்தை பிறந்தவுடன், இவரது கணவருக்கு தொழிலில் பெரிய நஷ்டம் ஏற்பட்டு, சொத்துக்கள், தொழில் அனைத்தையும் இழந்து, சொந்த ஊரை விட்டு வெளியூர் போய்விட்டனர். இவரது கணவர் ஜாதகத்தில் 1994-லிருந்து 2010 வரை, 16 வருடம் குரு திசை நடந்தது. பிரச்சனையை தீவிரப்படுத்திவிட்டது. இவர்களால் இக்காலகட்டத்தில் சொத்து எதுவும் வாங்க முடியவில்லை. குழந்தைகளுடன் நல்ல முறையில் வாழ்ந்து வருகிறார்கள். குரு திசை முடிந்து அடுத்து வரும் சனி திசை முன்னேற்றம் தர வாய்ப்பு உண்டு.

உதாரண ஜாதகம் : 63

சனி	ராசி		செவ்
			லக் சனி செவ்

லக்னம் கன்னி, பெண் ஜாதகமாயின் 8-மிடத்தோன் / மாங்கல்ய ஸ்தானாதிபதி நீசமடைவது மாங்கல்ய தோஷம். 5-க்குடைய சனி 6-ல் மறைவது புத்திர தோஷம்.

6-க்குடைய சனி, 8-க்குடைய செவ்வாய் இரண்டும் லக்னத்திலிருந்து 7-ம் வீட்டை பார்த்தால் களத்திர தோஷம் ஏற்படும்.

உதாரண ஜாதகம் : 64

	புத	சனி சூ	லக் சுக், செவ் சந்
	ராசி 1972 ஆண்		கே
ரா			
குரு			

லக்னம் மிதுனம், இந்த உதாரண ஜாதகத்தில் 7-மிடத்தோன் ஆட்சி பெற்ற போதும், 2, 6, 12 - மிடத்தோன் சேர்ந்து லக்னத்திலிருந்து 7-மிடத்தை பார்ப்பதால் களத்திர தோஷம் ஏற்பட்டு திருமணம் ஆகி 8 ஆண்டுகள் கழித்து விவாகரத்து ஆகிவிட்டது.

7-மிடத்திற்கு 6, 8, 12 -க்குடையவர் சேர்ந்து 7-ஐ லக்கினத்திலிருந்து பார்த்தால் இந்த தோஷம் உண்டு என அறியவும்.

உதாரண ஜாதகம் : 65

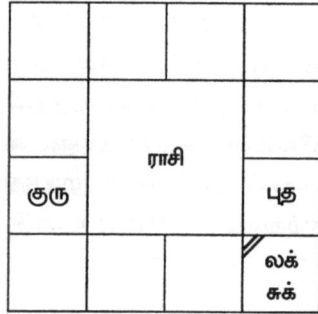

	ராசி		
குரு			புத
			லக் சுக்

லக்னம் கன்னி, லக்னாதிபதி - புதன் 12-ல் மறையவும், தனாதிபதியான சுக்கிரன் நீசமடையவும், 4-க்குடைய சுகாதிபதியான குரு 5-ல் நீசமடையவும் ஜாதகர் கஷ்ட ஜீவனம் அல்லது மேற்கண்ட கிரகங்களின் திசையில் மாரகம் ஏற்படும்.

உதாரண ஜாதகம் : 66

லக்கினம் ரிஷபம், லக்கினாதிபதி ஆட்சி பெறவும், 7-க்குடையவன் நீசம் பெறவும், அவன் நின்ற வீட்டுக்குடையவன் 7-ல் நீசமடைந்தால், இந்த மாதிரி அமைப்புடைய ஜாதகம் எதிர்பாலரை கடும் கண்டத்திற்கு உள்ளாக்கும். பெண் ஜாதகமானால், கணவனை பெரும் நஷ்டம் அல்லது பெரும் விபத்துக்கு உண்டாக்கி ஜீவனை அழிக்கும். காரணம் பெண்ணிற்கு களத்திர காரகன் ஆகிய செவ்வாய் நீசமடைந்து, செவ்வாய் அமர்ந்த வீட்டுக்குடையவன் 7-ல் / களத்திரத்திர ஸ்தானத்தில் நீசமடைந்தது.

		லக் சுக்	
	ராசி		செவ்
	சந்		

இந்த மாதிரி ஜாதகங்களை இணைக்கும்போது கணவர் / மனைவி ஜாதகத்தில் லக்கினாதிபதி ஆட்சி, உச்சம் பெற்று, அவர் நின்ற வீட்டதிபதியும் நல்ல இடத்தில் அமர்ந்தால் உயிர் சேதம் ஆகாது. பொருள் நஷ்டம் மட்டும் ஏற்படும். எதிர்பாலரின் லக்கினாதிபதி பலவீனம் அடைந்தால் உயிர்க்கு கண்டம் ஏற்படும்.

உதாரண ஜாதகம் : 67

	கேது		
	ராசி		செவ்
	சந்	லக் சுக் ரா	

லக்கினம் துலாம், லக்கினாதிபதி சுக்கிரன் ஆட்சி பெற்று, உடன் ராகு இருக்க, 7-ல் கேது அமர்ந்து 7-க்குடைய செவ்வாய் நீசம் பெறவும், அவன் நின்ற வீட்டதிபதி சந்திரன் 2-ல் நீசமடைந்தால் இம்மாதிரி அமைப்பு எதிர்பாலரின் சொத்து, மற்றும் ஜீவனுக்கு சேதம் உண்டாக்கும். மேலும் தந்தையாருக்கு கடும் தோஷத்தை உண்டாக்கும்.

உதாரண ஜாதகம் : 68

	சனி		
	ராசி		
		லக்	சுக் செவ்

லக்னம் துலாம், குடும்பாதிபதி, களத்திர ஸ்தானதிபதி ஆகிய செவ்வாய் 12-ல் மறையவும், களத்திரகாரகன் ஆகிய சுக்கிரன் நீசமடைந்து சேரவும், சுக, புத்திர ஸ்தானாதிபதியான சனி 7-ல் நீசமடைந்து இருக்குமாயின் பலமுறை திருமண ஏற்பாடுகள் நடந்து பின் திருமணம் நின்று போய்விடும்.

உதாரண ஜாதகம் : 69

		சு	
	ராசி		செவ்
	சந்	லக்	

லக்னம் துலாம், தன, குடும்ப ஸ்தானாதிபதியான செவ்வாய் 10-ல் நீசம்பெற, 10-க்குடைய சந்திரன் 2-ல் நீசம்பெற, லக்னாதிபதியான சுக்கிரன் 8-ல் மறைய எவ்வளவு சம்பாதித்தாலும், அத்தனையும் மனைவியால்

விரயமாகும். இன்சால்வென்சி வாங்க நேரிடும் அல்லது தலைமறைவு வாழ்க்கை ஏற்படும்.

உதாரண ஜாதகம் : 70

லக்னம் துலாம்:- 5-ல் குரு நிற்கவும், 5-க்குடைய சனி 7-ல் நீசம் பெறவும் புத்திர நாசம் ஏற்படும். அல்லது புத்திரன் வரும் காலத்தில் கணவன் அல்லது மனைவிக்கு கண்டம் ஏற்படும். (அ) பூர்வீக சொத்துக்கள் நஷ்டம் ஏற்படும். பெண்குழந்தை பிறப்பின் குறைந்த அளவு தோஷம் ஏற்படும்.

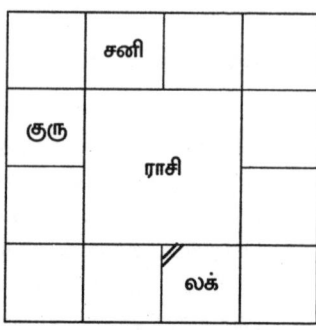

உதாரண ஜாதகம் : 71

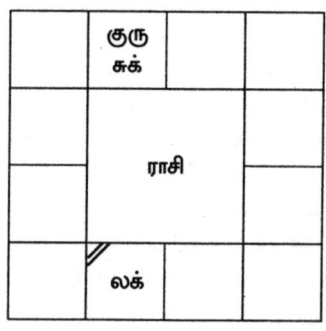

2.5-க்குடைய குரு 6-ல் இருக்க கூடவே 7-க்குடைய சுக்கிரன் சேர்ந்தால், குழந்தை பிறந்தவுடன், மனைவி பிரிந்துபோய் கணவன் மீது வழக்கு தொடருவாள்.

கணவனை ஒழித்து கட்டுவதில் குறியாய் இருப்பாள். குழந்தைகளை கணவனுக்கு எதிரிகளாக வளர்ப்பாள். பெண் ஜாதகத்தில் இந்த அமைப்பு இருக்க, கட்டிய கணவன் ஜாதகத்தில் 5-மிடம், 7-மிடம் கெட்டிருந்தால் இந்த அமைப்பு ஏற்பட வாய்ப்புண்டு.

உதாரண ஜாதகம் : 72

குடும்ப, சுக ஸ்தானாதிபதி 3-ல் நீசம் பெறவும், லக்கினாதிபதி செவ்வாய் உச்சம் பெற்று, சர்ப்ப கிரகத்துடன் கூடினால் ஜாதகரின் நடவடிக்கையே கணவன் (அ) மனைவி புத்திரர்களின் மரணத் திற்கு காரணமாய் அமையும்.

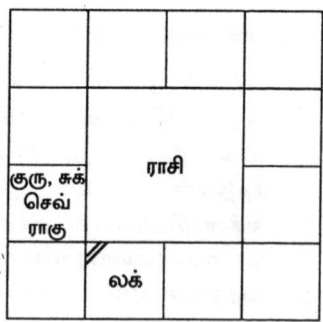

உதாரண ஜாதகம் : 73

லக்னம் விருச்சிகம், களத்திர ஸ்தானாதிபதியான சுக்கிரன் 2, 4, 5, 7, 9, 10 ஆகிய வீடுகளில் ஏதாவது ஒன்றில் பாவ கிரகத்துடன் சேராமல் இருந்தால் நல்ல கணவன் (அ) மனைவி வந்தமைவார்.

சுக்		சுக்	
சுக்	ராசி		சுக்
			சுக்
சுக்	லக்		

உதாரண ஜாதகம் : 74

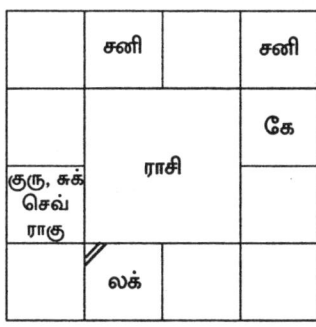

	சனி		சனி
	ராசி		கே
குரு, சுக் செவ் ராகு			
	லக்		

லக்கினம் விருச்சிகம், குடும்ப, புத்திர ஸ்தானாதிபதி 3-ல் நீசம் பெறவும், களத்திரஸ்தானாதிபதி 3-ல் மறையவும் லக்கினாதிபதி செவ்வாய் உச்சம் பெற்று சர்ப்பகிரகத்துடன் கூடினால் அவர்கள் நின்ற வீட்டதிபதி சனி 6 அல்லது 8-ல் அமர்ந்தால், ஜாதகரின் தவறான நடவடிக்கையால் மனைவி மற்றும் குழந்தைகள் பெருந் துன்பத்திற்கு ஆளாவார்கள்.

உதாரண ஜாதகம் : 75

7-க்குடைய சுக்கிரன் 11-ல் நீசமடைய 11-க்குடைய புதன் அங்கேயே உச்சம் பெற்றால், இரண்டாவது மனைவி ஏற்படும், முதல் மனைவி தனியே பிரிந்து போய்விடும் (அ) மாரகம் ஏற்படும்.

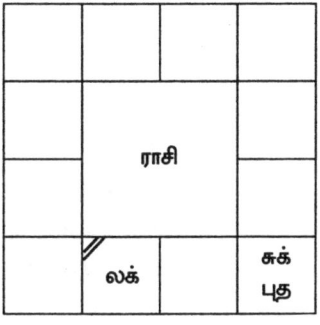

	ராசி		
	லக்		சுக் புத

உதாரண ஜாதகம் : 76

லக்னம் துலாம், 2, 7-க்குடைய செவ்வாய் 10-ல் நீசமடைய, லக்னாதிபதி சுக்கிரனும் கூடி யிருக்க, மகரத்திலிருந்து சனி 10-மிடத்தை பார்க்க தம்பதி களிடையேபிரிவு, பொருள் விரயம், விவாகரத்து ஆகியவை ஏற்படும்.

உதாரண ஜாதகம் : 77

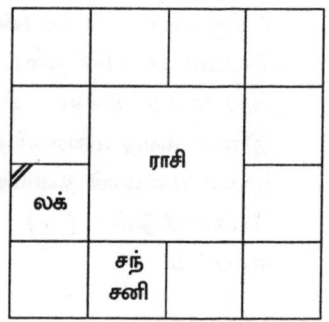

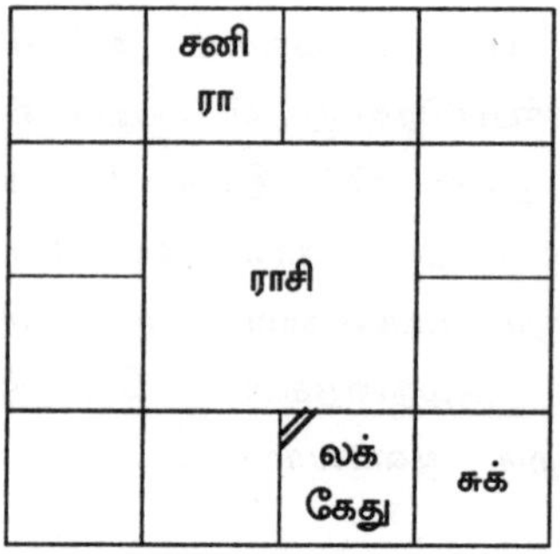

லக்னம் துலாம், சுகஸ்தானம், புத்திர ஸ்தானம் இவற்றின் அதிபதி சனி 7-ல் நீசமடைந்து ராகுவுடன் கூட, லக்னாதிபதியும், களத்திர காரகனும் ஆன சுக்கிரன் 12-ல் நீசமடைந்தால், ஆண் ஜாதகமானால் திருமணம் நடப்பது அரிது, நடந்தாலும் புத்திர பாக்கியம் இல்லை. தம்பதிகள் பிரிந்து வாழும் சூழ்நிலை உண்டாகும்.

உதாரண ஜாதகம் : 78

லக்கினாதிபதி 11-ல் இருக்க, 7-க்குடைய சந்திரன் 11-ல் நீசம் பெற, வாழ்க்கைத் துணையாக வருபவருக்கு ஆயுள் குறைவு.

உதாரண ஜாதகம் : 79

பெண் ஜாதகத்தில் மாங்கல்ய தோஷத்தை ஏற்படுத்தும். பாவ கிரகங்கள் சூரியன், சனி, செவ்வாய், ராகு / கேது சேர்ந்து 8-ல் நிற்பது நல்லதல்ல இவர்களில் ஒருவர் நிற்கவும் தோஷம் உண்டு.

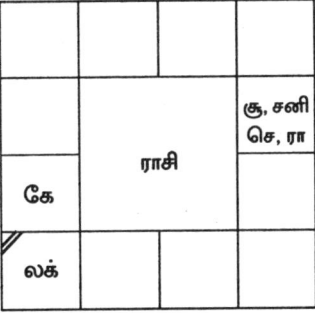

உதாரண ஜாதகம் : 80

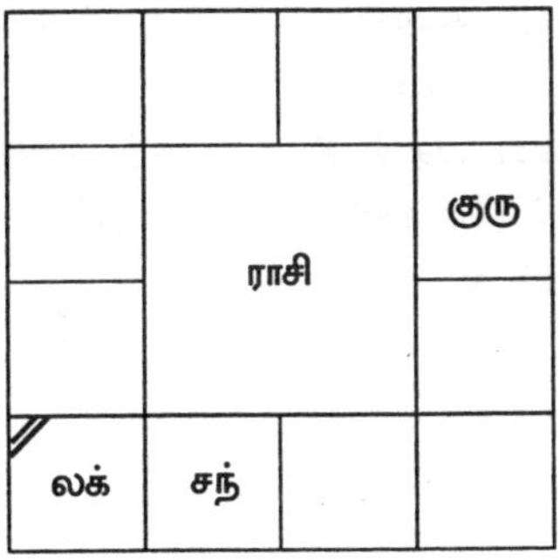

பெண்கள் ஜாதகத்தில் குரு 8-ல் உச்சம் பெற்றாலும் தோஷத்தை ஏற்படுத்தும். மாங்கல்ய ஸ்தானாதிபதி சந்திரன் நீசம் பெற்று 12-ல் நிற்பதும் தோஷமே.

உதாரண ஜாதகம் : 81

6-க்குடைய சுக்கிரனும், 8-க்குடைய சந்திரனும் சேர்ந்து 7-ல் நிற்க திருமண காலத்தில் பிரச்சனைகள் ஏற்படும். தம்பதிகளிடையே ஓயாது கருத்து வேறுபாடுகள், சண்டை சச்சரவுகள் ஏற்படும்.

உதாரண ஜாதகம் : 82

			சனி சந்
	ராசி		
லக்			

3-க்குடைய சனியும், 8-க்குடைய சந்திரனும் சேர்ந்து 7-ல் நிற்பது களத்திர தோஷமே. காலங்கடந்து திருமணம் ஏற்படும்.

உதாரண ஜாதகம் : 83

			செவ்
	ராசி		புத
லக்			

தனுசு லக்கினம், 5-க்குடைய செவ்வாய் 7-ல் இருக்க, அந்த வீட்டுக்குரிய புதன் 8-ல் இருந்தால், செவ்வாய் திசையில் வேறிடத்தில் புத்திரி உண்டு.

உதாரண ஜாதகம் : 84

	சனி	சு ர பு	
	ராசி		
கு			
லக்	கே		

பெண் ஜாதகத்தில் தனுசு லக்னமாகி ஸர்ப்ப கிரகத்துடன் 6, 7-க்கு உடைய சுக்கிரன், புதன் கூடி எங்கு நின்றாலும் ராகு (அ) கேது திசை நடந்து, அப்பொழுது திருமணம் நடந்து புத்திர பாக்கியம் கிடைக்கும்போது பிரிந்துவிடு வார்கள். அல்லது மிகுந்த இன்னல் களுடன் போராட வேண்டி யிருக்கும். 2-க்குடைய தனாதிபதி 5-ல் நீசமடைந்து, 4-க்குடைய சுகாதிபதியான குரு 2-ல் நீசமடைந்தால், கூலி வேலை செய்து தினசரி குடும்பம் நடத்தும் நிலைக்கு தள்ளப்படுவார்.

உதாரண ஜாதகம் : 85

தனுசு லக்கினமாகி, 7-10-க்குடைய புதனுடன், பாக்கியாதிபதியான சூரியன் உச்சம் பெற்று 5-ல் நிற்க, திருமணமாகி, குழந்தை பேறுக்கு பின்பு வாழ்க்கை பிரகாசமாய் விளங்கும். சூரியன், புதன் திசா, புத்தி காலங்களில் நல்ல முன்னேற்றம் உண்டு.

	சூ பு		
	ராசி		
லக்			

உதாரண ஜாதகம் : 86

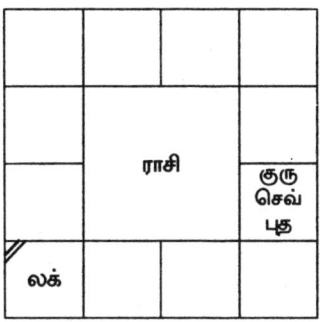

தனுசு லக்னமாகி, லக்கினாதிபதி, 5-க்குடையவன், 7-க்குடையவன் ஆகிய மூவரும் கூடி 9-மிடத்தில் நிற்க. நல்ல வாழ்க்கைத்துணை, அறிவுள்ள குழந்தைகள், செல்வ செழிப்பு அனைத்தும் உண்டாகும். தீர்க்காயுள் அமையும். 9-க்குடைய சூரியன் 9, 10-ல் நிற்க இந்த அமைப்பு கிட்டும்.

உதாரண ஜாதகம் : 87

பெண் ஜாதகத்தில் 7-க்குடைய புதன் நீசனாய் 4-ல் நிற்கவும், 6, 11-க்குடைய சுக்கிரன் 4-ல் நிற்கவும். கன்னியிலிருந்து 3, 12-க்குடைய சனி, செவ்வாய் சேர்ந்து சப்தம பார்வையாய் 4-ம் வீட்டைப் பார்க்க திருமணம் நடப்பது அரிதிலும் அரிது.

சுக் புத			
	ராசி		
லக்			சனி செவ்

பிரம்மஸ்ரீ திருவருட்செல்வன்

உதாரண ஜாதகம் : 88

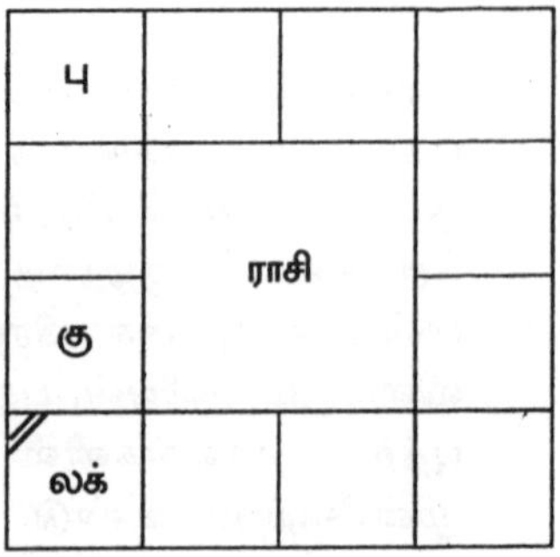

தனுசு லக்கினமாகி, 7-க்குடையவன் நீசமடைந்து 4-ல் நிற்கவும். 4-க்குடையவன் நீசமடைந்து 2-ல் நிற்கவும், திருமணம் தடைபட்டு, காலங்கடந்து நடக்கும். நடந்தாலும் தம்பதிகளிடையே அன்னியோனியம் குறைவுபடும். பொருளாதாரம் சிறப்பாக இருக்கும்.

புய		
	ராசி	
கு		
லக்		

உதாரண ஜாதகம் : 89

7-மிடத்தோன் 7-லேயே இருப்பது நல்ல அமைப்பு ஆகும். இந்த அமைப்பு இருந்தால் நல்ல கணவன் / மனைவி வாய்ப்பார்.

உதாரண ஜாதகம் : 90

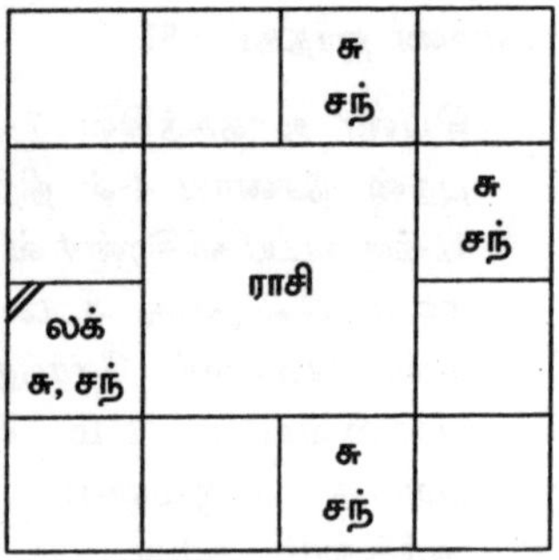

5, 10-க்குடைய சுக்கிரனும், 7-க்குடைய சந்திரனும் சேர்ந்து லக்கினத்திற்கு 1, 5, 7, 10 ஆகிய இடங்களில் அமர்வது ஜாதகர்க்கு சிறப்பை தரும்.

	சு சந்	
		சு சந்
லக் சு, சந்	ராசி	
	சு சந்	

ஜோதிட ரகசிய சூத்திரங்கள்

உதாரண ஜாதகம் : 91

		பு சு சனி	
	ராசி		பு சு சனி
சுக் ல, புத சனி			
		பு சு சனி	

லக்கினாதிபதி 5, 10-க்குடைய சுக்கிரன் 9-க்குடைய புதன் மூவரும் கூடி 1, 5, 7, 10 ஆகிய இடங்களில் அமர்வது ராஜயோகமாகும்.

உதாரண ஜாதகம் : 92

	ராசி		
லக்			
குரு சுக் சந்			

7-க்குடைய சந்திரன் 12-ல் நிற்கவும். 12-க்குடையவன் ஆட்சி பெறவும், வாழ்க்கைத் துணையால் அனைத்து செல்வமும் விரயமாகும். இவர்களுடன் 5-க்குடைய சுக்கிரனுமிருந்தால் புத்திரர்களாலும் செல்வம் அழியும்.

உதாரண ஜாதகம் : 93

சந்			சந்
	ராசி		
லக்			சந்
சந்			

களத்திர ஸ்தானாதிபதி சந்திரன் மறைவிடங்களில் நிற்பதோ, ஸர்ப்பக் கிரகத்துடன் கூடியிருப்பதோ களத்திர தோஷத்தை உண்டாக்கும்.

உதாரண ஜாதகம் : 94

கும்ப லக்னமாகி, சுக்கிரன், புதன், சூரியன் மூவரும் கூடி 12-ல் நிற்கவும். கெடுபலன்களை உண்டாக்கும். திருமணம் ஆனாலும் துறவியை போல் வாழ நேரிடும். சுக்கிரன், புதன், சூரியன் இவர்களின் திசா, புத்தி நடக்கும் காலத்தில் சத்ருக்களாலும், நோயாலும், விரயமாகும். தகப்பனார்க்கு வைத்திய செலவு செய்துகொண்டேயிருக்க வேண்டும்.

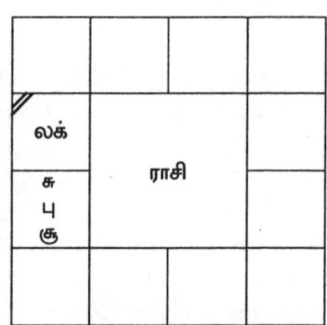

உதாரண ஜாதகம் : 95

மகர லக்கினமாகி, 7-க்குடைய சந்திரன் 5-ல் உச்சம் பெற்று இருந்து, வளர்பிறை சந்திரனாக இருந்தால் இது யோகமான அமைப்பு ஆகும். அதிர்ஷ்டமுள்ள மணவாழ்க்கை அமையும்.

உதாரண ஜாதகம் : 96

மகர லக்கினமாகி, 6-க்குடைய புதனும், 8-க்குடைய சூரியனும் கூடி 12-ல் இருந்தால் விபரீதமான சம்பவங்கள் ஏற்படும்.

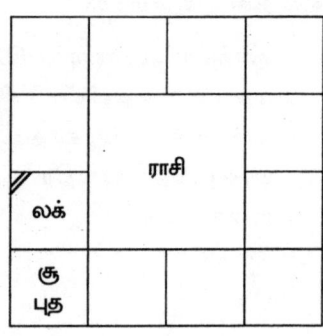

உதாரண ஜாதகம் : 97

மகர லக்னமாகி, 5-க்குடைய சுக்கிரன் 10-ல் ஆட்சி பெறவும், 7-க்குடைய சந்திரன் 10-ல் நிற்கவும், 9-க்குடைய புதன் 10-ல் நிற்கவும், இந்த அமைப் பானது ஜாதகர்க்கு ராஜயோகத்தை தரும். திருமணத்திற்குப் பிறகு வீடு, வாகனம், தோட்டம், தொழிற்சாலை ஆகியவற்றை ஏற்படுத்தும்.

	ராசி		
லக்			
		சந் சுக் புத	

உதாரண ஜாதகம் : 98

சூ	சூ	சூ	
லக்	ராசி		
			சூ
சூ	சூ		

கும்ப லக்னமாகி, 7-ல் சூரியன் ஆட்சி பெறுவது வெற்றிகரமான இல் வாழ்க்கையை தரும். ஆனால் சூரிய திசை காலத்தில் கணவன் (அ) மனைவிக்கு உடல்நலிவு ஏற்படும். சூரியன் 2, 3, 4, 10, 11-ஆம் இடங்களில் இருப்பது சிறப்பான அமைப்பு ஆகும்.

உதாரண ஜாதகம் : 99

7-க்குடைய சூரியன் 2, 11-க்குடைய குருவுடன் சேர்ந்து 11-ல் நிற்க, ஜாதகர்க்கு திருமணத்திற்கு பிறகு சிறப்பான தனசேர்க்கை உண்டாகும். சூரியன், குரு இருவரும் மீனத்தில் நிற்கவும் சிறப்பான செல்வ செழிப் புண்டாகும்.

சூ குரு			
லக்	ராசி		
சூ குரு			

உதாரண ஜாதகம் : 100

5, 9-க்குடைய புதனும், சுக்கிரனும் சேர்ந்து கேந்திர கோணங்களில் இருந்தால் பிரபல யோகமாகும். இந்த அமைப்புடன் லக்கினாதிபதி சனி 9-ல் உச்சம் பெற்றால் சிற்றரசர்க்கு நிகரான வாழ்க்கையைக் கொடுக்கும்.

		சு பு	சு பு
லக் சு, பு	ராசி		
			சு பு
	பு சு	பு சு சனி	

உதாரண ஜாதகம் : 101

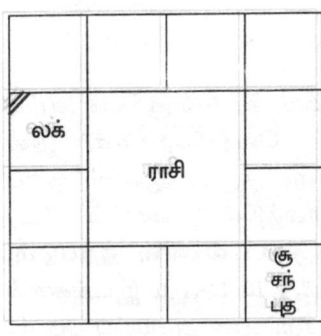

கும்ப லக்கினமாகி, 6-க்குடைய சந்திரன், 7-க்குடைய சூரியன், 5, 8-க்குடைய புதன் மூவரும் கூடி 8-ல் மறைந்தால் களத்திர தோஷம், புத்திர தோஷம் ஏற்படும். புத்திர பாக்கியம் கிட்டினாலும், க்ணவன், மனைவி பிரிவது சேர்வது மீண்டும் பிரிவினை, சேர்வது என்று தொடர்கதையாகிவிடும். குழந்தைகளுக்காக வாழ்வார்கள்.

உதாரண ஜாதகம் : 102

பெண்களுடைய ஜாதகத்தில் 8-ல் சனி, செவ்வாய், ராகு (அ) கேது ஆகிய கிரகங்களில் ஒன்றோ (அ) ஒன்றுக்கு மேற்பட்ட கிரகங்கள் நிற்க மாங்கல்ய தோஷம் உண்டாகும்.

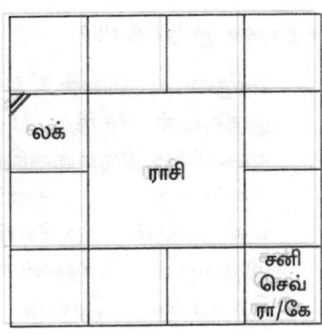

உதாரண ஜாதகம் : 103

கு செ சந்			கு செ சந்
	ராசி		
கு செ சந்			கு செ சந்

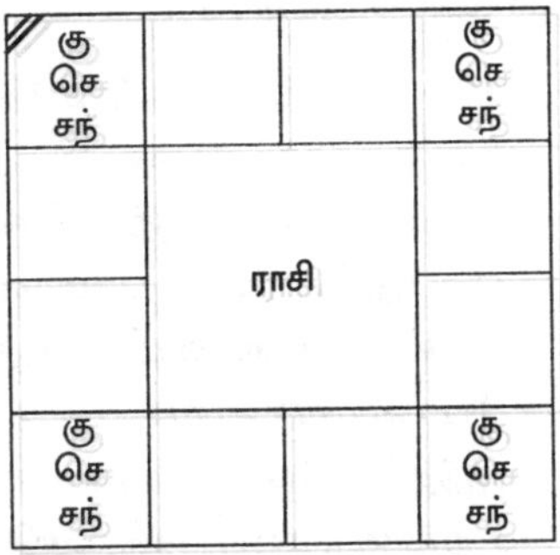

மீனம் லக்கினமாகி குரு, செவ்வாய், சந்திரன் மூவரும் கூடி கேந்திரங்களில் நிற்க அளவிலா ராஜயோகம் கொடுக்கும்.

இந்த லக்கினத்தில் பிறந்தோர்க்கு மேஷம், கடகம், விருச்சிகம் ஆகிய லக்கினத்தில் பிறந்தோர்கள் வாழ்க்கைத் துணையாக அண்மைந்தால், அது இனிமையான வாழ்வை கொடுக்கும்.

உதாரண ஜாதகம் : 104

		ரா	
லக்	ராசி		
	கேது	சூ புத	

5-8-க்குடைய புதன் 9-ல் நிற்கவும். 7-க்குடைய சூரியன் நீசமடைந்து கூடவும். இந்த அமைப்பு புத்திர தோஷத்தையும், களத்திர தோஷத்தையும் ஏற்படுத்தும். தம்பதிகளிடையே கருத்து வேறுபாடுகளை ஏற்படுத்தும். 4-ல் பாவகிரகம் இருந்தால் தொழில், அன்னியோன்யம் காரணமாக விவாகரத்து ஏற்படும்.

உதாரண ஜாதகம் : 105

லக்	புத		
	ராசி		புத
புத			
புத	புத		

உபயலக்கினத்திற்கு 7-மிடத்தோன் ஆட்சி பெற்றாலும் களத்திர தோஷம் ஏற்படும். புதன் 2.5.9.10.11 ஆகிய இடங்களில் இருந்தால் தோஷம் ஏற்படாது.

உதாரண ஜாதகம் : 106

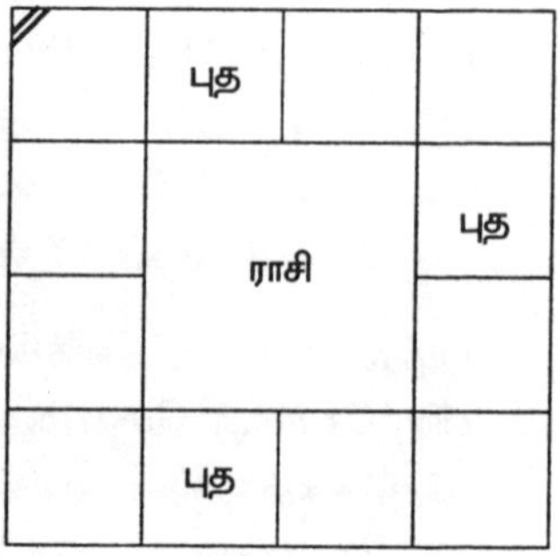

4, 7-க்குடைய புதன் 2.5.9 ஆகிய இடங்களில் மனைவி அல்லது கணவனுக்கு மிகுந்த செல்வாக்கு ஏற்படும். ஆடம்பரமான வீடு, வாகனம், ஆளுடிமை, நற்புத்திரர்கள் போன்றவற்றைப் பெற்று இந்திரனுக்கு நிகராக வாழ்வார். உறவினர், நண்பர்கள், வறியவர்க்கு உபகாரம் செய்து வாழ்வார்.

	புத		
	ராசி		புத
	புத		

உதாரண ஜாதகம் : 107

லக்			
	ராசி		
செ புத			

2,9-க்குடைய செவ்வாயுடன் 4.7-க்குடைய புதன் கூடி 11-ல் இருக்க பெண்ணாக இருந்தால் சொகுசு மிக்க வாழ்க்கையைப் பெறுவார். ஆணாக இருந்தால் மனைவி மூலம் மிகுந்த செல்வம் பெறுவார். தகப்பனார் சொத்துக்கள் வந்து சேரும். இவர்களுக்கு செவ்வாய் திசை மிகுந்த செல்வத்தைக் கொடுக்கும்.

உதாரண ஜாதகம் : 108

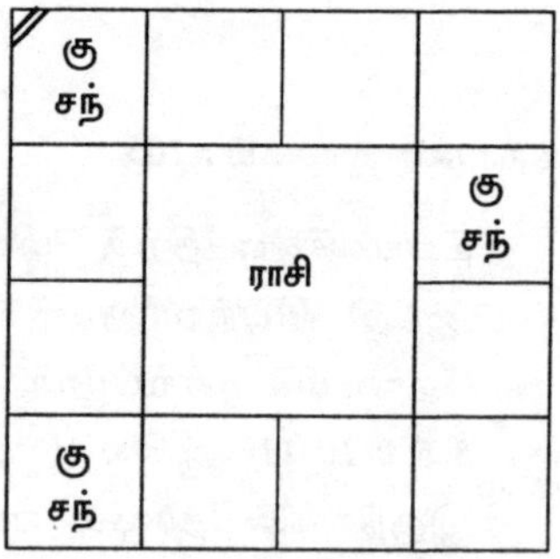

1.10-க்குடைய குருவுடன் 5-க்குடைய சந்திரன் கூடி 1.5.10-ல் இருப்பது குருசந்திரயோகமாகும். இந்த லக்கினத்தோர்க்கு மட்டும் குருசந்திர யோகம் முழு அளவில் யோகத்தைக் கொடுக்கும்.

கு சந்			
	ராசி		கு சந்
கு சந்			

ஜோதிட ரகசிய சூத்திரங்கள்

உதாரண ஜாதகம் : 109

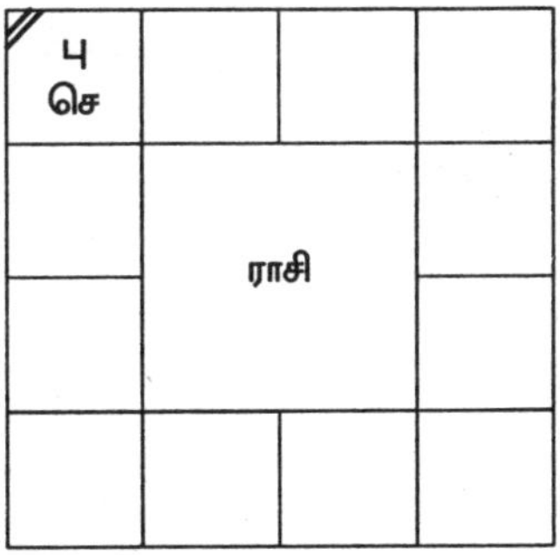

4.7-க்குடைய புதன் லக்கினத்தில் நீசம் பெறவும். 2.9-க்குடைய செவ்வாய் கூடி இருப்பது பெரிய பாதிப்பை உண்டாக்கும். சொத்துக்கள் விரயம், பெற்றோருடன் பகை, ஊர் விட்டு ஊர் இடம் பெயர்தல், மனைவிக்காக மருத்துவ செலவுகள் போன்ற தீமையான பலன் ஏற்படும்.

பு செ		
	ராசி	

உதாரண ஜாதகம் : 110

பு		
கு	ராசி	

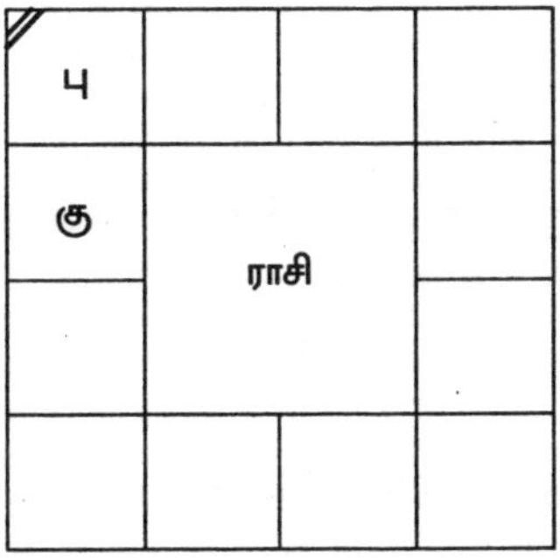

லக்கினம் 10-க்குடைய குரு 12-ல், 4.7-க்குடைய புதன் லக்கினத்தில் நீசம் பெற்றால், குரு, புதன் திசா காலங்களில் வறுமையால் கஷ்டப் பட்டு, கீழ்த்தரமான செயல்களால் வருவாய் பெற்று ஜீவனம் செய்யும் நிலை ஏற்படும்.

திருமண யோகம்

1. 1.3.5.7.9.11-ஆம் வீடுகளில் நின்ற கிரகங்களின் திசையில் திருமணம் விரைவாக நடக்கும்.

2. 1.3.5.7.9.11-ஆம் வீடுகளில் நின்ற கிரகங்களில் ஒன்று திசையாகவும், மற்றொன்று புத்தியாகவும், இன்னொன்று அந்தரம் ஆகவும் அமைந்தால், அந்த காலத்தில் திருமணம் சுபமாய் நடக்கும்.

3. 1.3.5.7.9.11-ஆம் வீட்டு அதிபதிகளாக வெவ்வேறு கிரகங்கள் இருக்குமல்லவா? அந்த வீட்டு அதிபதிகள் மேல்நின்ற கிரகங்களின் திசா, புத்தி, அந்தரங்களில் திருமணம் விரைவாக நடக்கும். (இது சார ஜோதிட முறை என அழைக்கப்படும்).

பிரம்மஸ்ரீ திருவருட்செல்வன்

திருமண பொருத்தம் ஆய்வு

உதாரண ஜாதகம் : 111

பெண் ஜாதகம்

	சந் ரா		
	2.10.85		
கு	பரணி		செ சு
	சனி	கே	லக் புத சூரி

ஜெனன கால இருப்பு திசை
சுக்கிரன் 13.02.26 நாள்

உதாரண ஜாதகம் : 112

ஆண் ஜாதகம்

			செ
	2.8.1981		லக் புத சூரி, ரா
கே	மகம்		சந் சு
			குரு சனி

ஜெனன கால இருப்பு திசை
கேதுதிசை 2 வருட 2 மா
20 நாள்

திருமண பொருத்தங்களில் நட்சத்திரப் பொருத்தம் பார்ப்பது மரபு ஜோதிடத்தில் ஒரு முறையாகும். இதில் 10 பொருத்தம் பார்க்கப்படும். சில ஜோதிடர்கள் நாடி பொருத்தம் என்று 11-வது பொருத்தம் பார்த்து பலன் கூறுவர். நாடி பொருத்தம் பார்ப்பது கேரள தேசத்தில் முக்கியமானதாய் கருதப்படுகிறது.

இந்த 11 வகை பொருத்தம் பார்க்க ரெடி அட்டவணைகள் தனி புத்தகமாகவும், அனைத்து பஞ்சாங்கங்களிலும் கொடுக்கப் பட்டுள்ளது.

10-பொருத்தங்களில் 6, 6-க்குமேல் இரு ஜாதகங்களிடையே பொருத்தம் காணப்பட்டால் திருமணம் செய்யலாம் என நடைமுறையில், கடைபிடிக்கப்பட்டு வருகிறது. ஆனால் நல்ல சந்தோஷமான, நீண்டகால குடும்ப வாழ்க்கைக்கு போதுமானதாக இல்லை. இக்கருத்து அனுவத்தில் அறியப்பட்டது. இந்த பொருத்தங்களுடன் கிரக அடைவுகளையும், அதாவது ஆண்,

பெண் ஜாதகங்களில் ஜெனனகால ராசி நிலையில் அமைந்த கிரக நிலைகளையும் ஆராய்ந்து பொருத்தம் நிர்ணயம் செய்வது சால சிறந்த முறையாகும். அனுபவம்மிக்க ஜோதிடர்கள் இம்முறையையே கடைபிடிப்பது தம்பதிகளின் நீண்டகால, நிறைவான வாழ்க்கைக்கு ஏற்றதாய் அமையும்.

மேற்க்கண்ட ஜாதகங்களிடையே நட்சத்திரப் பொருத்தம் அடிப்படையில் 10-க்கு 8 பொருத்தம் உள்ளது. இனி இரு ஜாதகங்களின் கிரக நிலையை ஆராய்வோம். பெண் ஜாதகத்தில் லக்கினாதிபதி, லக்கினத்தில் அமர்ந்துள்ளார். இது நல்ல அமைப்பு. 7-ம் வீட்டதிபதி 5-ல் நீசமடைந்தது. கணவருக்கு கண்டத்தை ஏற்படுத்தும். இது தீமையானது. 2-ம் வீட்டில் கேது அமைந்துள்ளது. இது ஒரு தீமை. 4-ம் வீடாகிய சுகஸ்தானத்தின் அதிபதி 5-ல் நீசமடைந்து தீமையானது. இது பெண்ணிற்கு சுகம் பெறுவதில் தடை, தாமதம், ஏமாற்றம் ஆகியவற்றை ஏற்படுத்தும். 5-ம் வீடாகிய புத்திர ஸ்தானத்தின் அதிபதி 3-ல் மறைந்தது. வாரிசு வகையில் தடை, தாமதத்தை ஏற்படுத்தும். 8-ம் வீடாகிய மாங்கல்ய ஸ்தானத்தில் ராகு இருப்பது ஒருவகை தோஷமே. இவ்வாறு தம்பதிகளில் ஒருவருக்கு அனேக தோஷங்கள் இருந்தால், எதிர்பாலரது ஜாதகத்தில் இந்த தோஷங்கள் இல்லாமலிருக்க வேண்டும். அப்படிப்பட்ட ஜாதகங்களை திருமண பந்தத்தில் இணைக்கலாம். வாழ்க்கை சுகப்படும்.

உதாரண ஜாதகத்தில் ஆண் ஜாதகத்தில் 3.12-க்குடைய புதன், ராகு, சூரியன் ஆகியோர் இருந்தபோதும், லக்கினாதிபதியான சந்திரன் 2-ல் அமர்ந்தது நல்லதே. லக்கினம் 2-ம்மிடம் இந்த இரு வீட்டின் அதிபதிகள், ஒருவர் வீட்டில் மற்றவர் மாறி அமர்ந்து *பரிவர்த்தனை யோகம் பெறுகின்றனர். இந்த யோகம் ஜாதகரை பொருளாதாரம், படிப்பு ஆகியவற்றில் முன்னேற்றத்தை தருகிறது.

★ பரிவர்த்தனை யோகம் ஒரு சிறப்பான யோகம் என்று மரபு ஜோதிடம் கூறுகிறது. ஒன்றுக்கு மேற்பட்ட கிரகங்கள் பரிவர்த்தனை யோகம் பெற்று அமைந்த ஜாதகர்கள் ஏதாவது ஒரு துறையில் தலைசிறந்து விளங்குவார்கள். அனுபவத்தில் இந்த கருத்து சரியெனப்படுகிறது. அரசியல் தலைவர்கள், மேதைகள், பெரும் வணிகர்கள், விளையாட்டு வீரர்கள் இந்த யோகத்தில் பிறந்துள்ளார்கள்.

7-ம் வீட்டின் அதிபதி 3-ல் மறைந்தது தோஷம். 2-ம் வீட்டதிபதி லக்கினத்தில் இது நல்ல அமைப்பு, 4-ம் வீட்டதிபதி 2-ல் அமர்வு இது நல்ல அமைப்பே. 5-ம் வீட்டதிபதி 12-ல் அமர்ந்தது தோஷமான அமைப்பு. ஆகவே, ஆண், பெண் இருவருக்கும் களத்திர ஸ்தானமான 7-மிடம் தோஷமாக உள்ளது. புத்திர பாக்கியத்தை தரும் 5-ம் வீடு தோஷமாக உள்ளது. இவ்வாறு 5, 7 ஆகிய வீடுகள் இருவருக்கும் தோஷமாக உள்ளதால், இந்த ஜாதகங்களை திருமண பொருத்தத்தில் இணைக்கக் கூடாது. பொருத்தம் இல்லையென தவிர்க்க வேண்டும். இதில் ஒருவருக்கேனும் 5, 7-வீடுகள் நல்லமுறையில் அமைந்தால் இணைக்கலாம்.

ஆகவே உதாரண ஜாதகங்களிடையே திருமண பொருத்தம் இல்லையென கூறப்பட்டது. இந்த கிரகங்களையும் ஆய்வு செய்து, நட்சத்திரப் பொருத்தமும் நன்கு அமைந்தால் மட்டும் பொருத்தம் நிறைவாக உள்ளதாக இணைக்கலாம். அந்த ஜாதகர்களின் வாழ்க்கை சுகப்படும்.

'திருமண பொருத்த ரகசிய சூத்திரம்' என்ற எனது புத்தகத்தில் திருமண பொருத்தம் பற்றிய விஷயங்களை விரிவாக தெரிந்து கொள்ளலாம்.

திருமண தடை

உதாரணம் : 113

<table>
<tr><td></td><td></td><td></td><td>சு</td></tr>
<tr><td>கே</td><td colspan="2" rowspan="2">1961
செவ் திசை
3-2.5</td><td>லக்</td></tr>
<tr><td>கு
சனி</td><td>சூ
பு
ரா</td></tr>
<tr><td></td><td></td><td>சந்</td><td>செ</td></tr>
</table>

		சாரம்
சூரியன்	-	மகம்
சந்திரன்	-	அவிட்டம்
செவ்வாய்	-	உத்திரம்
புதன்	-	மகம்
குரு	-	உத்திராடம்
சனி	-	உத்திராடம்
சுக்கிரன்	-	புனர்பூசம்
ராகு	-	மகம்
கேது	-	அவிட்டம்

இந்த ஜாதகம் பெண்மணியுடையது. ஜாதகியின் திருமண நிலையை ஆராய்ந்து பார்ப்போம். லக்கினாதிபதி சந்திரன் நாளில், செவ்வாய் சாரம், சந்திரன் நின்ற வீட்டதிபதி சுக்கிரன் 12-ல் இந்த அமைப்பு ஜாதகிக்கு சுகம் கிடைப்பதில் தடையை உண்டுபண்ணும்.

புத்திர ஸ்தானதிபதி 3-ல், புத்திரகாரகன் 7-ல் நீசம், ஆக புத்திர தோஷம் உண்டு. களத்திர ஸ்தானாதிபதி ஆட்சி பெற்றது நல்லது. ஆனால் அவர் நின்ற சாரம் சூரியன், 7-க்கு 8-ஆகிய 2-மிடத்தில் இருந்ததால், நன்மை தலைகீழாகி தோஷம் ஆகிவிட்டது. பெண் ஜாதகத்தில் 8-ல் கேது போன்ற பாவகிரங்கள் இருப்பது தோஷமாகும். குரு, சனி ஆகிய இருவருக்கும் 6-8-மிட தொடர்பு பெற்றதும், இருவரும் சூரியன் சாரம் பெற்றதும் தீமையாகும். பெண்ணிற்கு களத்திரகாரகன் ஆகிய செவ்வாய் 3-ல் மறைந்தது களத்திர தோஷமே. 37 வயது வரை நடந்த குரு திசையில் திருமணம் நடக்கவில்லை. சனி திசையில் 2010 வரையிலும் திருமணம் நடக்கவில்லை. ஆயினும் தனியார் துறையில் பணியாற்றி சொந்த வீடு, கார் ஆகிய வசதிகளை மேற்கண்ட திசைகள் ஜாதகிக்கு கொடுத்தன.

46. புதன் அஷ்டமாதிபதி சம்பந்தப்பட்டு, 6.8.12-ல் இருந்தால் பைத்தியம் பிடிக்கும். சந்திரன் நீர் ராசியில் நிற்க மனநிலை பாதிப்பு உண்டு.

உதாரணம்: 114

சந்		சனி	கே
புத	7.02.1973 உத்திரட்டாதி - 3		லக்
குரு சூ சுக்	சனிதிசை 4.05.04		
செ ரா			

லக்னம் - ஆயில்யம் - 3-ல், புதன் - பூரட்டாதி, சதயம், அவிட்டம் ஆகிய மூன்று நட்சத்திரத்தின் சாரம் பெற்றாலும் 6-மிட தொடர்பு கிடைக்கிறது. 8-ம்மிடத்தில் அமர்வு, சந்திரன் லக்கினாதிபதியாகி, 9-ல், நீர் ராசியான மீனத்தில் தொடர்பு பெற்றதால், ஜாதகருக்கு புதன் திசையில் மனநிலை பாதிப்பு ஏற்பட்டது. புதன்திசை வராவிடில், (ஆயுட்காலத்தில்) பாதிப்பு ஏற்படாது.

ஜாதக ஆய்வு முறை

உதாரணம் : 115

ரா சந்		ல	
குரு	ராசி 30.08.1950 சென்னை ரேவதி 2- பாதம்		சுக்
			சூரி சனி
		செ	கே புத

பு செ			
கே சு	நவாம்சம்		
சந்			ல சூரி ரா
குரு சனி			

ஜெனன கால இருப்பு திசை
புதன் 11 வரு. 8 மா 11 நாள்

மேற்கண்ட உதாரண ஜாதகத்தை மரபு ஜோதிட முறையில் ஆராய்ச்சி செய்து பலன் கூறும் முறையை பார்ப்போம்.

எந்த ஒரு ஜாதகத்திற்கும், லக்கினம், ஐந்தாமிடம், ஒன்பதாமிடம் இந்த வீட்டின் அதிபதிகள் 1, 5, 9, 4, 7, 10 ஆகிய வீடுகளில் இருந்தால் அந்த ஜாதகர் மேம்பாடான வாழ்க்கை வாழ்வதற்கு தகுதி பெற்றவராவார்.

லக்கினம், ஐந்தாமிடம், ஒன்பதாமிடம் இவ்வீட்டினதிபதிகள் 3, 6, 8, 12-மிடங்களில் இருந்தாலும், இவர்களில் ஒன்றுக்கு மேற்பட்டவர் நீசமடைந்து இருந்தாலும், ஜாதகர் மிக கஷ்டமான வாழ்க்கையை அடைவார். அற்பாயுள் ஏற்பட வாய்ப்புண்டு.

மேற்கண்ட உதாரண ஜாதகத்தில் லக்கினாதிபதி 3-ல் மறைந்துள்ளார். ஐந்தாமிடத்ததிபதி 5-ல் ஆட்சி பெற்று உள்ளார். ஒன்பதாமிடத்ததிபதி 4-ல் கேந்திரம் பெற்று உள்ளார். இதில் லக்கினம் பலவீனம் ஆனாலும், 5, 9-ஆம் அதிபதிகள் வலிமை பெற்றுள்ளதால் மத்திமத்திற்கு மேலான வாழ்க்கை அமையும் ஜாதகி அரசு துறையில் பணியாற்றி ஓய்வு பெற்றவர். கௌரவமான வாழ்க்கை வாழ்ந்தவர்.

அடுத்து உதாரண ஜாதகதின் திருமண வாழ்க்கையை பார்ப்போம். மேற்கண்ட ஜாதகம். ஒரு பெண்மணியுடையது.

மரபு ஜோதிடத்தில் திருமண வாழ்க்கைக்கு குடும்ப ஸ்தானமாகிய 2-மிடம், சுகஸ்தானமாகிய 4-மிடம் புத்திரஸ்தானமாகிய 5-மிடம், களத்திரஸ்தானமாகிய 7-மிடம் மாங்கல்ய ஸ்தானமாகிய 8-மிடம் ஆகிய ஸ்தானங்களும், ஸ்தானாதிபதிகளும் நல்ல இடத்தில் இருக்க வேண்டுமென கூறப்படுகிறது.

உதாரண ஜாதகத்தில் 2-மிடத்ததிபதி 5-ல் அமர்ந்துள்ளார். இது நல்ல அமைப்பாகும். ஆனாலும் புதன், கேதுவுடன் சேர்ந்திருப்பது சரியல்ல, ஆக மத்திமபலன்.

சுகஸ்தானமாகிய சிம்மம், அதன் அதிபதி சூரியன் ஆட்சி பெற்றது நல்ல அமைப்பாகும். இந்த அமைப்பு ஜாதகிக்கு வீடு, மனை, வாகனம் ஆகியவற்றில் ஏற்றத்தை கொடுத்தது. புத்திரஸ்தானமாகிய கன்னியின் அதிபதி புதன் அங்கேயே இருப்பது, உடன் கேது சேர்ந்தது புத்திர தோஷத்தை ஏற்படுத்தும். ''புத்திரஸ்தானாதிபதி ஏகனாய் புதன்மனையேறில் பிள்ளையில்லை. நல்லோர் நோக்க பிறந்து சாகும்'' என்ற ஜோதிட விதியின்படி புதன் புத்திர தோஷத்தை ஏற்படுத்தும். கேதுவுடன் சேர்ந்து புதன் மனையில் அமர்ந்தது தோஷமாகும்.

களத்திர ஸ்தானமான விருச்சிகம், அதனதிபதியான செவ்வாய் 6-ல் மறைந்தது கடுமையான களத்திர தோஷமாகும். மேலும் களத்திர காரகனான சுக்கிரன் 3-ல் மறைந்தது இதுவும் களத்திர தோஷமாகும். (ஆணுக்கு சுக்கிரன் களத்திரகாரகன், பெண்ணுக்கு களத்திரகாரகன் செவ்வாய் என்றும் ஜோதிட விதி உள்ளது. இந்த விதியின்படியும் சுக்கிரன், செவ்வாய் இருவரும் மறைந்தது தோஷத்தை அதிகப்படுத்திவிட்டது.)

பெண்ணுக்கு மாங்கல்ய ஸ்தானமாகிய தனுசுவின் அதிபதி குரு 10-ல் இருப்பது நல்லதே. ஆனாலும் பெரும்பான்மை ஸ்தானங்கள் தோஷப்பட்டுவிட்டதால் 2009 வருடம் வரை இந்த பெண்ணுக்கு திருமணமே இல்லை.

7-ம் வீடு முதல் திருமணத்தை குறிக்கும்.

9-ம் வீடு இரண்டாவது திருமணத்தை குறிக்கும்.

11-ம் வீடு மூன்றாவது திருமணத்தை குறிக்கும்.

இந்த பெண்மணி ஜாதகத்தில் 9-ம் வீட்டதிபதி, அந்த வீட்டிற்கு 8-மிடத்தில், அந்த வீட்டினதிபதியுடன் சேர்ந்தது 9-மிடத்தின் நற்பலனை குறைத்துவிட்டது.

11-மிடத்தின் அதிபதியான குரு 11-க்கு 12-ஆம் இடத்தில் அமர்ந்ததால் 11-மிடத்தினால் ஏற்படும் நற்பலனை குறைத்து விட்டது. இவ்வாறு இந்த பெண்ணிற்கு எல்லாவிதமான திருமண வாழ்வும் கிடைக்காமல் போயிற்று. ''லக்கினம் உதயமான நட்சத்திரத்தின் அதிபதியும், ஏழாம் பாவம் உதயமான நட்சத்திரத்தின் அதிபதியும் நவாம்சத்தில் மீன ராசியில் அமர்ந்தால் ஜாதகர்க்கு துறவு வாழ்க்கை அமையும்'' - சூத்திரம்.

இங்கு ஜாதகியின் நவாம்ச சக்கரத்தில் செவ்வாய், புதன் இருவரும் மீனத்தில் அமர்ந்ததால், ஜாதகிக்கு திருமண வாழ்வு அமையாமல் போயிற்று. இந்த ஜாதகம் மரபு வழி சூத்திரங்களின் வழிமுறையில் பலன் கூறும்படி அமைந்துள்ளது. சில ஜாதகங்கள் இந்த விதிமுறைகளை பயன்படுத்த முடியாமல் அமைந்திருக்கும். அதாவது கிரகநிலைகள் பிரித்து பலன் கூறமுடியாமல் பலகிரகங்கள் ஒரே வீட்டில் இருக்கும். அம்மாதிரி அமைந்த ஜாதகங்களை கே.பி. சிஸ்டம் என்ற உயர்தர நட்சத்திர ஜோதிட விதியின்படி பலன் கூறலாம். இதைப்பற்றி பின்பகுதியில் விவரிக்கப்படும்.

உதாரணம்: 116

சூ சந்	// செ சுக், சனி ரா, பு		
	ராசி		
		கு கே	

இந்த மாதிரியான அமைப்பு ஆண் ஜாதகத்தில் காணப்படுமானால், அவன் குணக்கேடு உடையவனாக இருப்பான் தன் மனைவியை கற்புநெறிக்கு எதிராக உடன்படுத்தி கொடுமை செய்வான்.

சூரியன், சந்திரன் இருவரும் சேர்ந்து 3, 6, 8, 12 - ஆம் இடங்களில் மறைவது கெடுதலே. இந்த அமைப்பு ஜாதகனை குணக்கேடு உள்ளவனாக மாற்றும். சூரியன், சந்திரன் இருவரும் யார் ஜாதகத்தில் நீசம் பெற்றாலும் ஒழுக்கம் குறைவே.

7-மிடத்தில் ராகு / கேதுவுடன் யார் சேர்ந்தாலும் கெடுதலே. லக்கினத்தில் 3, 6-க்குடைய புதன், 1 - 8-க்குடைய செவ்வாய், 10 - 11-க்குடைய சனி நீசம். இவர்களுடன் 2, 7-க்குடைய சுக்கிரன் சேர்ந்து, கூடவே பாவ கிரகமான ராகு சேர்ந்ததால், லக்கினத்தில் உள்ள கிரகங்களின் சுப காரகங்கள் அடிப்பட்டு ஜாதகனை தீய

செயலுக்கு உடன்பட வைக்கும். இந்த மாதிரி அமைப்புள்ள ஜாதகங்களில் சூரியன், சந்திரன் இருவர் மட்டும் நல்ல நிலையில் இருந்தால் ஜாதகர் ஒழுக்கம் நிறைந்தவராக இருப்பார்.

உதாரண ஜாதகத்தில் சூரியன், சந்திரன் 12-ல் இருக்க, ஜாதகனின் குணக்கேடான செயலால், இவன் மனைவி கைக்குழந்தையுடன், இவனை விட்டு பிரிந்து தாய் வீட்டுக்கு சென்றுவிட்டது. ஜாதகன் தனிமையில் வாழ்க்கை நடத்துகிறான். இந்த ஜாதகத்தில் 1, 5, 9 -க்குடையவர்கள் ராகுவுடன் சேர்க்கை, ஆத்மகாரகன் சூரியனும், மனோகாரகன் சந்திரனும் சேர்ந்து 12-ல் மறைவு, இந்த அமைப்பு நல்வாழ்க்கைக்கு கெடுதலே.

ஜாதக ஆய்வு

(தனுசு, விருச்சிகம், கும்ப லக்னம்)

உதாரணம்: 117

இந்த ஜாதகம் செல்வந்தர் வீட்டு குழந்தை உடையது. பெண்குழந்தை எந்த ஒரு ஜாதகத்திலும் 1,5,9-க்குடைய மூவரும். 1.5.9.4.7.10.11 - மிடங்களில் அமர்ந்து அவர்கள் அமர்ந்த வீட்டு அதிபதியும் மேற்கண்ட வாறே அமர்ந்தால், மேம்பாடு உடைய குடும்பம். மரியாதை மிக்க குடும்பம், வசதிபடைத்த சொந்தங்கள். நண்பர்கள் அமைய வாய்ப்புண்டு, வாழ்க்கை முன்னேற்றத்திற்கன வழிகள் எளிமையாக, எளிதாக இவர்களுக்கு வந்தமையும்.

		ரா	சனி
செவ்	இராசி 3.09.2003 1.40 Pm சேலம்		
			சுக் சூரி குரு
ல	கே சந்		புத

மேற்கண்ட உதாரண ஜாதகத்தில் லக்கினாதிபதி 9-ல் அவனிருந்த வீட்டதிபதி அங்கேயே ஆட்சி இது உயர்ந்த அமைப்பாகும். லக்கினாதி பதியே, 4-வீட்டதிபதியும் ஆகிறார். 2, 3-க்குடைய சனி 7-ல் அவன் அமர்ந்த வீட்டதிபதி 10-ல்ஆட்சி, 7-ம் வீட்டதிபதி புதன் 10-ல் ஆட்சி, 9-க்குடையவன் ஆட்சி, 10-க்குடையவன் ஆட்சி, 6, 11-க்குடைய சுக்கிரன் 9-ல், அவனமர்ந்த வீட்டதிபதி ஆட்சி இந்த அமைப்புகள் ஜாதகர்க்கு மேம்பட்ட வாழ்க்கைக்கு ஆதாரமாகும்.

பெண் ஜாதகமாகையால் களத்திரகாரகன் செவ்வாய், 5-க்குடையவனுமாகி 3-ல் மறைந்தது திருமண விசயதில் குறைபாட்டை ஏற்படுத்தும். இதற்கு பரிகாரம், எதிர்காலத்தில் இந்த பெண்ணிற்கு அமையும் கணவரின் ஜாதகத்தில் லக்கினாதிபதி, 5-க்குடையவன் வலுவாக, நல்ல நிலையில் உள்ளபடி பார்த்து இணைத்தல் வேண்டும். இவ்வாறே ஒவ்வொரு ஜாதகத்தையும் பார்த்து பலனை நிர்ணயம் செய்தல் வேண்டும்.

உதாரணம்: 118

இந்த உதாரண ஜாதகத்தில், ஜாதகரின் 47 வயது வரை திருமணம் ஆகவில்லை (2006 வரை) லக்கினாதிபதி செவ்வாய் 12-ல் மறைய, அந்த வீட்டதிபதி 3-ல் மறைவு இந்த அமைப்பு சபையில் ஜாதகரை முன்னிலைப் படுத்தாமல் குறைவான கவர்ச்சியை கொடுக்கிறது. 5-க்குடைய குரு 12-ல் மறைய, அந்த வீட்டதிபதி 3-ல் மறைவு. 9-க்குடைய சந்திரன் 7-ல் அமர்வு. அந்த வீட்டின் அதிபதி 3-ல் மறைவு. 1.5.9 வீட்டதிபதிகள் 3. 6. 8. 12-ல் மறைந்தாலும் இவர்கள் மூவரும் கேந்திர, திரிகோணங்களில் அமர்ந்து, இவர்கள் மூவரும் அமர்ந்த வீட்டதிபதிகள் 3, 6, 8, 12-ஆம் இடங்களில் மறைந்தாலும், பூரணமான சுக வாழ்க்கை அமைவது கஷ்டமே. தீர்வுகாணமுடியாத ஒரு பிரச்சனை இவர்கள் வாழ்க்கையில், நிழலாக தொடர்ந்து இருக்கிறது. குடும்பாதிபதியான குரு மறைவு, புத்திர ஸ்தானாதிபதியும், புத்திரகாரகனுமாகிய குரு 12-ல் மறைவு, களதிரஸ்தானாதிபதியும், களத்திரகாரகனுமாகிய சுக்கிரன் 3-ல் மறைவு, இக்காரணங்களால் திருமணம் அமைய வில்லை. சுக்கிரன் சனி மனையேறுவது சிறப்பில்லை. 4-க்குடைய சனி லக்கினத்தில் லக்கினாதிபதி 12-ல் இந்த அமைப்பு 4-ம் பாவத்திற்க்கு சாதகம். 5-ம் பாவத்திற்கு கடும் தோஷம். இந்த சாதகமான 4-ம் பாவத்தின் நற்பலனாக அரசு துறையில் வேலை வாய்ப்பு, சொந்த உழைப்பினால் நல்ல வீடு ஆகியவை ஜாதகர்க்கு கிட்டியது. திருமணம் சார்ந்த விசயத்தில் ஜாதகர்க்கு நல்ல பலன் கிட்டாமல் போனது.

	கே	சந்	
	ராசி 1957 ஆண்		
சுக்			
4	லக் சூ சனி	செ கு ரா	

உதாரணம்: 119

இது மாதிரி பெண் ஜாதகத்தில் 4-மிடத்தை சனி மட்டும் பார்த்தால், குரு பார்க்காவிட்டால் பெண்கள் சஞ்சல மனமுள்ளவராக இருப்பார்கள் என்றும் லக்கினத்தில் சந்திரன் இருந்து அதன் 8-மிடத்தில் புதனிருந்தால் சூழ்நிலை காரணமாக அப்பெண் கற்பை இழக்கக்கூடும். பெண் ஜாதகத்தில் இந்த அமைப்பு களுடன் 5-க்குடையோன் 6.8.12-ல் இருந்தால் கன்னித்தாயாவாள் என்றும் சாஸ்த்திரம் கூறுகிறது.

சனி	ரா		
ல சந்	இராசி		செவ் குரு
			சுக்
		கே	சூரி புத

ஆயினும் இந்த மாதிரி அமைப்புள்ள பெண் ஜாதகங்களுக்கு, திருமண பருவத்தில் 16 - 32 வயது வரை குரு திசை நடந்தாலும், குரு ஜாதகத்தில் 1.5.9-ல் இருந்தாலும் இதே காலத்தில் பெண்ணின் தாய், தந்தையர்க்கு மற்றும் நெருங்கிய தோழிக்கு குரு திசை நடந்தாலும், மேற்கூறிய சம்பவங்கள் நடக்க வாய்ப்பு இல்லை.

பாபகர்த்தாரி யோகம்

உதாரணம்: 120, 121

		ல	கேது
	ஆண்		குரு
செவ் சந்			
ரா	சுக்	சூரி புத சனி	

சனி	ரா		
லக் சந்	பெண்		செவ் குரு
			சுக்
		கேது	சூரி புத

பாபகர்த்தாரி யோகம் ஒரு ஆய்வு 7-மிடத்திற்கு இருபுறமும் பாவ கிரகங்கள் நிற்க இந்த யோகம் ஏற்படுமென சாஸ்த்திரம் கூறுகிறது. இங்கு காட்டிய இரு ஜாதகங்கள், ஒரு தம்பதியினருடையது. 2 குழந்தைகள் பிறந்த பின்பு தம்பதிகள் பிரிந்து போய்விட்டனர்.

ஆண் ஜாதகத்தின் யோக அமைப்பை ஆய்வோம். குரு, சனி, செவ்வாய் ஆகிய மூன்றும் உச்சம், சூரியன் நீசம், 9-மிடத்தில் செவ்வாய் உச்சம் பெற்றால் ஸ்திர லட்சுமி யோகம் ஏற்படும். குருவுக்கு சந்திரன் நிற்க கஜகேசரி யோகம் உண்டு. சந்திரன், செவ்வாய் சேர்க்கையால் சசிமங்கள யோகம் உண்டு. சசிமங்கள யோகமிருந்தால் அந்த ஜாதகன் / ஜாதகி மிகப்பெரிய பணக்காரராக இருக்கக் கூடுமென்றும், ரகசியத்தைக் காப்பாற்றுபவராக இருக்கக் கூடுமென்றும் சாஸ்த்திரங்கள் கூறுகின்றன. ஆனால் மேற்கூறிய யோகங்கள் ஏதும் ஜாதகர்க்கு கிட்டவில்லை. குறைந்த சம்பளத்தில் வேலை செய்தார். ஏழ்மையான குடும்பத்தைச் சார்ந்தவர்.

குரு 8-க்குடையவன், செவ்வாய் 7, 12-க்குடையவன். குரு 3-ல் மறைவு, செவ்வாய் 3-க்குடையவனுடன் சேர்க்கை, 9-க்குடைய சனி 6-ல் உச்சம் பெற்று மறைவு உடன் நீசம் பெற்ற சூரியன் சேர்க்கை, பிறக்கும்போது நீசம் பெற்ற சூரிய திசை நடப்பு, திருமண காலத்தில் ராகு திசை, குரு புத்தி நடப்பு, தனுசு ராசியில் ராகு தனித்திருக்க அது கோதண்ட ராகு சுப பலனை கொடுக்கு மென்றாலும், லக்கினத்திற்கு 8-மிடமாகியதால் திருமணத்தை கொடுத்து பிரிவினையையும் கொடுத்தது. சுக்கிரன் 1-6-க்குடையவனாகி 7-ல் நின்றது பிரச்சனை. மேலும் அவர் நின்றது 6-ல் உச்சம் பெற்ற சனி சாரம். இவையெல்லாம் 7-ம் பாவத்தின் நற்பலனை கெடுக்கிறது. காரகன் அந்த பாவத்திலிருந்தால் அந்த பாவம் நாசமடையும் என சாஸ்த்திரம் கூறுகிறது.

7-ம் பாவத்திற்கு இருபுறமும் சூரியன், சனி, ராகு ஆகிய பாவகிரகங்கள் நின்று பாபகர்த்தாரி யோகத்தை ஏற்படுத்தியது. பெண்ணின் ஜாதகத்திலும் இதே போன்று பாபகர்த்தாரி யோகம் உள்ளது. இவ்வாறு இரு ஜாதகத்திலும் வலுவான தோஷம் உள்ளதை இணைக்கக்கூடாது.

7-மிடம் பாபகர்த்தாரி யோகம் பெற்றிருந்தால் மண வாழ்க்கையில் சுகமும், நீண்ட வாழ்வும் இருக்காது. ஒருவருக்கு தோஷம் இருந்தால், மற்றவர்க்கு இல்லாமல் இருக்க வேண்டும். 7-மிடம் சுத்தமாக உள்ள ஜாகத்தை இணைக்க பிரிவு வராது. இது அனுபவத்தில் ஒத்து வருகிறது.

4-மிடத்தோன் நீசமடைந்து 6.8.12-ல் இருந்தால், அந்த ஜாதகன் மிதமிஞ்சிய நம்பிக்கையால், பிறர் யோசனையை கேட்க மறந்து பாழாவான் என்று சாஸ்த்திரம் கூறுகிறது. உதாரண

ஜாதகர்க்கு இந்த அமைப்பு உள்ளதால் அவரே இந்த ஜாதகத்தை தேர்வு செய்து பலனை அடைந்தார். ஜாதகி மிகுந்த அழகாயிருந்ததும் காரணமாக இருக்கலாம்.

47. பிருஷ்டோதய ராசிகள் - தீமை தருபவை.

☆ மேஷம், ரிஷபம், கடகம், தனுசு, மகரம் ஆகிய ஐந்தும் **சிரசோதய ராசிகள் - நன்மை தருபவை.**

☆ மிதுனம், சிம்மம், கன்னி, துலாம், விருச்சிகம், குடும்பம் ஆகிய ஆறு ராசிகள்.

மீனம் - மத்திமமான பலன் தரும்.

☆ ஒரு குறிப்பிட்ட காரியம் நன்மையா, தீமையா? என்று நிர்ணயம் செய்ய பயன்படுத்தலாம்.

☆ காரியம் குறித்த கேள்வி கேட்ட / நினைத்த நேரத்தில் உதயமான நவாம்ச லக்கினம் எந்த ராசி என பார்க்கவும். அந்த ராசி மேற்கூறிய சூத்திரத்தில் நன்மை, தீமை, மத்திமம் என்று கூறியபடி நடக்கும். தீமை என காட்டினால் சிறிது காலம் கழித்து அக்காரியம் குறித்து முயற்சிக்கலாம்.

☆ நன்மை என காட்டினால் உடனே செய்யலாம்.

ஜாதக ஆய்வு [கடக லக்னம்]

உதாரணம்: 122

கே	சனி குரு		
சந்	ராசி		லக்
	புத	சூரி	சுக் செவ் ரா

பாவ முனையின் நட்சத்திரம், நின்ற நட்சத்திரம் ஜெனன லக்கினத்திற்கு 1, 2, 4, 5, 6, 7, 10, 11 பாவத்துடன் தொடர்பு கொள்ள நல்ல அந்தஸ்துமிக்க வாழ்க்கை அமையும்.

அவிட்டம் - ஜெனன கால இருப்பு செவ்வாய்திசை.

கிரகம்	-	**நின்ற நட்சத்திரம்**
சூரியன்	-	குரு
சந்திரன்	-	செவ்வாய்

செவ்வாய்	-	செவ்வாய்
புதன்	-	குரு
குரு	-	சுக்கிரன்
சனி	-	சுக்கிரன்
ராகு	-	சந்திரன்
கேது	-	சனி
லக்கினம்	-	குரு

1 - பாவமுனை நின்ற நட்சத்திரம் - குரு

5 - பாவமுனை நின்ற நட்சத்திரம் - குரு

9 - பாவமுனை நின்ற நட்சத்திரம் - சனி

இந்த உதாரண ஜாதகத்தில் 1, 5-ம் பாவமுனை நின்ற நட்சத்திரம் குரு, இந்த குரு சுக்கிரன் நட்சத்திரத்தில் உள்ளது. இந்த ஜாதகத்தில் சுக்கிரன் 4, 11-ம் வீட்டதிபதி ஆகிறான். 9-ம் பாவமுனை நின்ற நட்சத்திரம் சனி, இந்த சனியும் சுக்கிரன் நட்சத்திரத்தில் உள்ளது. சுக்கிரன் 4, 11-ஆம் வீட்டதிபதி. ஒரு ஜாதகத்தில் 1, 5, 9-ம் பாவமுனை நட்சத்திராதிபதிகள், தான் நட்சத்திரம் மூலம் நல்ல பாவ தொடர்பு பெற்றால், மேன்மையான, வாழ்க்கை அமையும். இந்த ஜாதகர் பிறந்தது முதல் 2011 வரையிலும் நல்ல பொருளாதாரத்துடன், சொத்துக்களுடன், வாழ்ந்து வருகிறார். தனியார் துறையில் வருவாய், ஈட்டி வருகிறார். நல்ல அந்தஸ்துடன் வாழ்ந்து வருகிறார். 1, 5, 9 ஆகிய மூன்றில் ஒன்றேனும் நல்ல நிலையில் இருந்தால் மேலான வாழ்க்கை அமையும்.

திருமணப் பொருத்தம் ஆய்வு

உதாரணம்: 123, 124

சனி		சு ர	சூ செ குரு
	பெண்		புத
சந்	திருவோணம்		
	லக் கே		

சந்		செ	
கே	ஆண்		
	உத்திரட்டாதி		சூ புத ரா
கு சனி			லக் சுக்

இந்த இரு ஜாதகங்களுக்கிடையே நட்சத்திர பொருத்தம் நன்றாக உள்ளது. பஞ்சாங்கங்களில் குறிப்பிட்டுள்ள 10 பொருத்தங் களில் 10-க்கு 5 பொருத்தம் சரியாக உள்ளது. நாடிபொருத்தம் அதுவும் உள்ளது. இந்த நூலில் குறிப்பிட்டபடி லக்கினாதிபதிகள் இருவருக்கும் நெருக்கம் நன்றாக உள்ளது. செவ்வாய், சுக்கிரன் ஆகிய இருவர் நின்ற நிலையும் சாதகமாக உள்ளது.

ஆகவே பொருத்தம் உள்ளதாக சாஸ்த்திரம் கற்றோரால் நிர்ணயம் செய்யப்பட்டு திருமணம், 7-8-1988 மைசூரில் நல்ல முறையில் நடந்தது. ஆனால் 7-நாளில் தம்பதிகளிடையே பிரிவு ஏற்பட்டுவிட்டது. இன்றுவரை ஒன்று சேரவில்லை.

காரணம் பெண்ணின் லக்கினாதிபதி 8-ல் மறைவு, லக்கினத்தில் பாவ கிரகம், 7-க்குடையவனோடு ராகு சேர்ந்தால் களத்திர தோஷம் ஏற்படும். ஆணின் லக்கினாதிபதி 12-ல் பாவகிரகங்களுடன் சேர்ந்து மறைந்தது தோஷமே. ஆணின் ஜாதகத்தில் சுக்கிரன் நீசமடைவது ஆண்மை குறைவை உண்டுபண்ணும். பராக்கிரம ஸ்தானம், தைரிய ஸ்தானம் ஆகிய 3-மிடத்து அதிபதி 9-ல் அமர, அவர் நின்ற வீட்டு அதிபதி சுக்கிரன் நீசம் அடைந்தது லக்னத்தை மேலும் பலவீனம் ஆக்குகிறது. தம்பதிகளில் ஒருவரின் லக்கினம் பலவீனமானால், எதிர்பாலரின் ஜாதகத்தில் அவரின் லக்கினம், 7-பாவாதிபதி இருவரும் பலம்பெற்று இருக்க வேண்டுமென சாஸ்த்திரம் கூறுகிறது. இந்த சூத்திரம் மேற்கண்ட பொருத்தத்தில் கவனிக்காமல் விடுபட்டு போனதால், தம்பதிகளிடையே பிரிவினை ஏற்படலாயிற்று. இந்த சூத்திரம் அனுபவத்திற்கு ஒத்துவருகிறது. இந்த விதியை ஜோதிடர்கள் கடைபிடிப்பது நல்லதாகும்.

திருமணம் எப்பொழுது நடக்கும்?

பிரசன்ன ஜோதிடம் முறையில் பலன் கூறும் முறை

எனது நண்பர் ஒருவர் வீட்டிற்கு சென்றிருந்த பொழுது, அவர் தனது தங்கையின் ஜாதகத்தை என்னிடம் கொடுத்து, ஜாதகியின் திருமணம் எப்பொழுது நடக்கும் எனக் கேட்டார். பெண்ணிற்கு வயது 31 ஆகிறது. ஜாதகம் தோராயமான நேரம் எடுத்து கணிக்கப்பட்டது என்றும் கூறினார். நான் பிறந்த நேரம் சரியாக தெரியாமல், தோராயமான நேரத்தைக் கொண்டு கணித்த

ஜாதகம் வேண்டாம். நீங்கள் 1லிருந்து 249-க்குள் ஒரு எண் கூறுங்கள். பிரசன்ன ஜோதிட முறையில் திருமணம் எப்பொழுது நடக்கும் என்று கணித்து சொல்லுகிறேன் என்று கூற.

அவர் கொடுத்த எண் - 136, தேதி22.5.06, 22:08 இரவு கோயமுத்தூர்.

இந்த 136- எண்ணுக்கு கணித்த பிரசன்ன ஜாதகம்.

சு. 28.07.23 VI. 18.23.25 சந். 7.58.31 ரா. 7.33.28	VII. 17.26.40	VIII. 16.38.28 பு. 12.14.40 சூ. 7.31.02	IX. 15.36.48 செ. 28.48.39
V. 17.2.28	ஹோரரி எண் - 136 22.05.2006 - MONDAY Time - 22.08 1ST உத்திரட்டாதி SID. Time - 13°.46'.39" 2-ம் பாதம் Coimbatore. LAT - 11.00 N, 77.00 E - LONG. Ayan - 23° - 56' - 03"		சனி. 12.21.12 X. 15.35.20
IV. 15.35.19			XI. 17.2.28
IV. 15.36.48	VII. 16.38.28	ல. 17.26.40 குரு. 17.49.49	கே.7.33.23 XII. 18.23.25

சனி திசை இருப்பு 12 வரு. 140. நாள் (9.10.2018 வரை)

கேது புத்தி 0.வரு, 2.மாத, 10.நாள்

சனி அந்தரம் 0.வரு, 0.மாத, 13.நாள்

ராகு சூட்சமம் 0.வரு, 0.மாத, 04.நாள்

RP லக்கினம் - 266°.36' - குரு / சு°.கே' பு"

	பாவம்	ஸ்டார்	சப்	சப்சப்
1.	துலாம்	ரா	சூரி	சூரி
2.	விருச்சிகம்	சனி	குரு	ரா
3.	தனுசு	சுக்	சூரி	சந்
4.	மகரம்	சந்	குரு	ரா

5.	கும்பம்	ரா	சுக்	புத
6.	மீனம்	புத	புத	சனி
7.	மேஷம்	சுக்	செ	ரா
8.	ரிஷபம்	சந்	சனி	சுக்
9.	மிதுனம்	ரா	சுக்	சூரி
10.	கடகம்	சனி	குரு	புத
11.	சிம்மம்	சுக்	சந்	கே
12.	கன்னி	சந்	புத	சுக்

கிரகம்	ஸ்டார்	சப்	சப்சப்
சூரியன்	சூரி	கே	குரு
சந்திரன்	சனி	கே	சனி
செவ்வாய்	குரு	சூரி	சந்
புதன்	சந்	ரா	குரு
குரு	ரா	சூரி	சனி
சுக்கிரன்	புத	சனி	சனி
சனி	சனி	செ	குரு
ரா	சனி	கே	சந்
கேது	சூரி	கே	சனி

ஜாதகிக்கு களத்திர காரகன் ஆகிய செவ்வாய் நின்ற நட்சத்திரம் 2.4.10-ஐ காட்டுவதாலும், திருமணம் தடைகளாகி, கால தாமதமாயிற்று.

குறிகாட்டிகள்

1.3. சூரியன் - 1.3 + 11 + 2.4.10

11. சந்திரன் - 8.11 + 8

7. செவ்வாய் - 2.4.10 + 1.3 + 11

6.12 புதன் - 11 + 1.5.9 + 2.4.10

2.4.10 குரு - 1.5.9 + 1.3 + 8

5.9. சுக்கிரன் - 6.12 + 8 + 8

பிரம்மஸ்ரீ திருவருட்செல்வன்

8. சனி	-	8 + 7 + 2.4.10	
1-5-9- ராகு	-	8 + 11 + 11	
11 கேது	-	1.3 + 11 + 8	

1. 7-ம் பாவ சப்லார்டு நின்ற சப்சப் 2.4.10 - ஐ காட்டுவதால் ஜாதகிக்கு திருமணம் தடைபட்டு கொண்டே வந்து கால தாமதம் ஆயிற்று. லக்கினம் நின்ற ஸ்டார், சப் 1.3.11-ஐ குறிகாட்டுவதால் திருமணம் நடக்க வழி காட்டுகிறது.

2. 7-ம் பாவ சப்லார்டு நின்ற சப்லார்டு 1.3-ஐ காட்டியதால் திருமணம் ஆக வழியுண்டு என அறியப்பட்டது.

3. பெண்ணிற்கு திருமண காரகன் செவ்வாய் ஆவதால், தற்போது செவ்வாய் திருமணத்திற்கு ஆதரவு நிலையைக் காட்டுகிறது.

4. பிரசன்ன ஜாகத்தில் திசாநாதன் திருமணத்திற்கு ஆதரவு காட்டவில்லை. சனி நின்ற சப் 7-ஐ காட்டினாலும், சனி நின்ற சப்சப் 2.4.10-ஐ காட்டினால், திருமணம் தாமதம் ஆகியது.

5. பிரசன்ன ஜாதகத்தில் நடப்பு புத்திநாதன் கேது நின்ற நட்சத்திரம் 1.3-ஐ காட்டியதால், திசாநாதன் சனி காட்டிய 2.4-ஐ தடை செய்கிறது. ஆகையால் கேது புத்தியில் 7.1.3 இணைப்பு கிடைப்பதால் திருமணம் கேது புத்திக்குள் நடக்கும் என கூறலாம்.

6. 7-ன் மீது நின்ற கிரகம் சனி மட்டும், சனி 8-ம் பாவ சப்லார்டு ஆவதால், ஜாதகிக்கு திடீர் திருமணம் நடக்கும் வாய்ப்புண்டு.

7. பிரசன்ன ஜாதகத்தின்படி கேது புத்தி முடிய 70 நாட்கள் பாக்கியுள்ளது.

8. பிரசன்ன ஜாதகம் கணிக்கும்போது உள்ள RP லக்கினம் / உதய லக்கனத்தின் நட்சத்திரம் அல்லது உப நட்சத்திரம், அன்றைய அதே நேரத்தில், சந்திரன் நின்ற நட்சத்திரம், அல்லது உபநட்சத்திரம் ஆகிய இரண்டும் ஒன்றானால், கேட்ட கேள்வியின் காரியம் அந்த புத்திக்குள் நிச்சயமாய் நடக்கும் என்ற ஜோதிட விதியின்படி இந்த ஜாதகிக்கு கேது புத்தியிலேயே திருமணம் நடக்கும் வாய்ப்பு உள்ளது.

9. ஆனால் கேது பிரசன்ன ஜாதகத்தில், எந்த வீட்டிற்கும் சப்லார்டு ஆக வரவில்லை, அடுத்து வருகின்ற சுக்கிரன் புத்தி

5.9-க்கு சப்லார்டு ஆக வருவதால், சுக்கிரன் புத்தியும் திருமணம் கொடுக்கும் வாய்ப்பு உள்ளது. சுக்கிர புத்தியில், சுக்கிர அந்தரத்தில், சுக்கிர சூட்சமம், 31-நாள் வர வாய்ப்புள்ளதால், கேது புத்தியில் பாக்கியுள்ள 70-நாள் மற்றும் சுக்கிர / சுக் / சுக்கிர சூட்சமம் 31- நாள் இரண்டும் சேர்த்து 101- நாட்களுக்கும் திருமணம் நிச்சயமாய் நடக்கும் என கூறப்பட்டது.

10. நான் கூறியதை கேட்ட நண்பர், நம்பிக்கை இன்றி அரை மனதுடன் ஏற்றுக்கொண்டார். சூரியனுடைய நட்சத்திரங்கள், கார்த்திகை, உத்திரம், உத்திராடம், சந்திரனுடைய நட்சத்திரம் ரோகிணி, அஸ்தம், திருவோணம் ஆகிய 6 நட்சத்திரங்கள் வரும் நாட்களில், ஜாதகியின் திருமணம் குறித்து ஜாதக பரிமாற்றம், பேச்சுவார்த்தை, பெண் பார்த்தல் ஆகிய காரியங்கள் செய்யும்படி ஆலோசனை கொடுத்தேன்.

15.6.2006-ல்	திருவோணம் (சந்திரன் நட்சத்திரம்) மாப்பிள்ளை நேரில் வந்து, பெண்ணை பார்த்து திருமணம் செய்துகொள்ள விருப்பம் தெரிவித்தார். இருவீட்டார்க்கும் சம்மதம்.
12.07.2006-ல்	திருவோணம் (சந்திரன் நட்சத்திரம்) நிச்சயதார்த்தம் பெண் வீட்டில் சுபமாய் நடந்தது.
29.10.2006-ல்	உத்திராடம் (சூரியன் நட்சத்திரம்) திருமணம் மண்டபத்தில் சிறப்பாய் நடந்தது.

நிச்சயதார்த்தம் நடந்த அன்று, சனி° கே ' பு" ராகு சூட்சமம்.

திருமணம் நடந்த அன்று, சனி° சு ' சு" ராகு சூட்சமம்.

கேள்வி கேட்ட நாளன்று, சனி° கே ' சனி" ராகு சூட்சமம்.

திருமண நாளன்று:

கோட்சாரத்தில் புத்தி, அந்தர நாதன் சுக் நின்றது	- 1.5.9 + 8 + 7
கோட்சாரத்தில் சூட்சம நாதன் ராகு நின்றது	- 1.3 + 8
கோட்சாரத்தில் லக்கின உபநட்சத்திராதிபதி நின்றது சூரி	- 1.5.9 + 8 + 11

பிரம்மஸ்ரீ திருவருட்செல்வன்

கோட்சாரத்தில் சந்திரன் நின்ற நட்சத்திரம் சூரியன்	-	*1.5.9 + 8 + 11*
கோட்சாரத்தில் சந்திரன் நின்ற சப்லார்டு குரு நின்றது	-	*11 + 5.9*

(தம்பதிகளுக்கு ஆண் குழந்தை பிறந்து அனைவரும் சௌக்கியமாய் உள்ளனர்)

யோகங்கள்

1. செவ்வாய் சொந்தவீடு, உச்சவீடு இவற்றில் இருந்து, அது கேந்திரமானால், அந்த ஜாதகன் பிடிவாத குணமும், தனமுள்ளவனாகவும், சேனாதிபதியாகவும், சத்துருக்களை ஜெயிப்பவனாகவும் இருப்பான்.

2. புதன் சொந்த வீட்டிலோ, உச்ச வீட்டிலோ இருந்து அது லக்கின கேந்திரமானால் ஜாதகன் வித்துவானாகவும், ஐஸ்வர்யம் உள்ளவனாகவும், பெரும் சபையில் பேசுந் திறமையுள்ளவனாகவும் இருப்பான்.

3. குரு சொந்த வீட்டிலோ, உச்ச வீட்டிலோ இருந்து அது கேந்திரமானால் ஸாதுக்களின் சிநேகம் பெற்றவனாகவும், அழகிய தேகமுள்ளவனாகவும், தர்ம சிந்தனையாளராகவும், தலைமை பொறுப்பு வகிப்பவனாகவும் இருப்பான்.

4. சுக்கிரன் சொந்த வீட்டிலோ, உச்ச வீட்டிலோ இருந்து அது கேந்திரமானால், தைரியம், தனமுள்ளவானகவும், பெண்களால் சுகம், பாக்கியம் இவற்றை பெறுபவனாகவும், வித்வானாகவும், நல்ல வாகனம், கீர்த்தி பெற்றவனாகவும் இருப்பான்.

5. சனி சொந்த வீட்டிலோ, உச்ச வீட்டிலோ இருந்தால், எல்லா ஜனங்களால் கொண்டாடப்பட்டவனாகவும், வேலைக்காரன் பலம் பெற்றவனாகவும், கிராமம், நகரம் இவற்றின் தலைவனாகவும் சௌக்கியமுள்ளவனாகவும் இருப்பான்.

6. சந்திரனுக்கு 2-ல், 12-ல் சூரியனைத் தவிர மற்ற கிரகங்கள் இருந்தால் ஜாதகன் தன் சுயமுயற்சியால் தனம் சேர்த்து சுகப்படுவான். புத்தி, தனம், கீர்த்தி இவையுள்ளவனாகவும்,

7. சந்திரனுக்கு 2-ல் மட்டும் அல்லது 12-ல் மட்டும் கிரகம் நின்றால் முறையே சுனபா, அனபா என்ற இருவகை யோகங்கள் உண்டாகிறது. இது சிறப்பைத் தரும்.

8. சந்திரனுக்கு 2-மிடத்திலும், 12-மிடத்திலும் சூரியனை தவிர்த்து மற்ற கிரகங்கள் நின்றால் (இருபுறத்திலும்) துருதுரா என்ற யோகம் உண்டாகிறது. துருதுரா யோகத்தில் பிறந்தவன் நவீன வசதி வாய்ப்புகளை அனுபவிப்பவனாகவும், தனம், வாகனம், இவைகள் நிறைந்தவனாகவும், கொடையாளியாகவும் இருப்பான்.

9. சந்திரக்கு 2-மிடம், 12-மிடம், சூரியனுக்கு 2, 12 மிடம் இந்த நான்கு வகையிலும் கிரகங்கள் இல்லாமல் இருந்தல், அது கேமத்ருமம் என்ற யோகம் உடையதாகும்.

லக்கினத்திற்கு 4-ல் சந்திரனிருந்தாலும், அல்லது வேறு கிரகங்களிருந்தாலும், அல்லது சந்திரனுக்கு கேந்திரத்தில் கிரகங்களிருந்தாலும் கேமத்ருமம் கிடையாதெனச் சொல்லப் பட்டிருக்கிறது.

கேமத்ரும யோகத்தில் பிறந்தவர் ராஜ வம்சத்தில் பிறந்தவ ராயினும் மங்கினவராகவும், துக்கமுடையவராகவும், நீசராகவும், பணமற்றவராகவும், அடிமை வேலை செய்பவராகவும், வஞ்சகராகவும் இருப்பார்.

உதாரணம்: 125

	கேமத்ரும யோக ஜாதகம் 1961	ராகு
சனி குரு கே		
	லக், சூரி சந், செ, புத, சு	

இந்த உதாரண ஜாதகத்தில் சந்திரனுக்கு 2-மிடத்திலோ, 12-மிடத்திலோ எந்த கிரகமும் இல்லை. சந்திரன் 4-மிடத்தில் இல்லை. 4-மிடத்தில் வேறு கிரகமும் இல்லை. சந்திரனுக்கு கேந்திரத்திலும் கிரகம் இல்லை. ஆகவே இந்த ஜாதகம் கேமத்ருமம் யோகம் பெற்றுள்ளது என அறியவும். கேமத்ருமம் யோகத்திற்கு சொல்லப்பட்ட பலன்கள் இந்த ஜாதகத்திற்கு உண்டாகும் என்றும் அறியவும். அனுபவத்திற்கும் ஒத்து வருகிறது.

10. சூரியனுக்கு 2-ல் சந்திரனை தவிர்த்து மீதமுள்ள சுபகிரகங்கள் நின்றால் இது சுபவேசி யோகம் இது சிறப்பை தரும். அழகு, சுகம், நற்குணம், தீரனாகவும் அரச செல்வாக்கும், தர்ம சிந்தனையும் உண்டாகும்.

11. சூரியனுக்கு 12-ல் சந்திரனை தவிர்த்து மற்ற சுபகிரகங் களிருந்தால் சுபவாஸியோகம். இது சிறப்பானதே. இந்த யோகத்தில் பிறந்தவன் அதிக நல்லவனாகவும், உலக பிரசித்தி பெற்றவனாகவும், கொடையாளியாகவும், அரசனுக்கு பிரியனாகவும் இருப்பான்.

12. சூரியனுக்கு இருபுறத்திலும் 2-மிடம், 12-மிடம் இவற்றில் சந்திரனைத் தவிர்த்து மீதமுள்ள சுபகிரங்களிருந்தால் சுபஉபயசரீ என்ற யோகமென்றும், இந்த யோகத்தில் பிறந்தவன் அழகனாகவும், உலக பற்றுள்ளவானகவும், கீர்த்தியுள்ளவனாகவும், தனவானாகவும் இருப்பான்.

13. சூரியனுக்கு 2-ல் பாவகிரகமிருந்தால் பாபவேஸியோகம், இதில் பிறந்தவன், அநியாயமான முறையில் ஜனங்களை நிந்திப்பவனாகவும், துர்குணமுள்ளவனாகவும் இருப்பான்.

14. சூரியனுக்கு 12-ல் பாவகிரகமிருந்தால் அசுபவாசியோகம் ஏற்படும். இதில் பிறந்தவன் மாயாவியாகவும், பிறரை நிந்திப்பவனாகவும், கெட்டவருடன் சேர்ந்தவனாகவும், கெட்ட நடத்தையை உபதேசிக்கும் சாஸ்த்திரத்தில் பயிற்சி பெற்றவனாகவும் இருப்பான்.

15. சூரியனுக்கு இருபுறமும் பாவகிரகங்களிருந்தால் அசுப உபயசரீ யோகம் ஏற்படும். இந்த யோகத்தில் பிறந்தவன் உலகில் கெட்ட பெயரை பெற்று சுகமடைவான். கற்ற வித்தையை பயன்படுத்த முடியாமல், பெயர், பொருளை இழந்தவனாகயிருப்பான்.

16. ஜன்ம லக்கினத்திற்கு 2-மிடம், 12-மிடம் இவற்றில் சுபக்கிரஹமிருந்தால் சுபகர்த்தரி என்ற யோகம் ஏற்படும். இந்த யோகத்தில் பிறந்தவன் ஆயுல் விருத்தியுள்ளவானகவும், சுகியாகவும், பணக்காரனாகவும் இருப்பான்.

17. ஜன்ம லக்கினத்திற்கு இருபுறமும் பாவகிரகங்களிருந்தால், அசுபகர்த்தரி யோகம் ஏற்படும். இந்த யோகத்தில் பிறந்தவன் பணமற்றவானாகவும், அங்கஹீனனாகவும், அற்பாயுள் உள்ளவனாகவும் இருப்பான்.

18. லக்கினத்திற்கு 2-மிடத்தில் சுபர்களிருந்து பாபரின் பார்வை பெறாவிடில் ஸுசுபம் அல்லது அமலம் யோகம் ஏற்படும். அமல யோகத்தில் பிறந்தவன் ஆசாரமுள்ளவனாகவும், தர்மபுத்தியுள்ளவனாகவும், சாந்த குணமுள்ளவனாகவும் இருப்பான்.

19. சந்திரன், குருவுக்கு 6, 8, 12-மிடங்களிலிருந்தால் சகட யோகமாகும். ஆனால் சந்திரன் லக்கினத்திற்கு கேந்திரத்தில் இருந்தால் சகடயோகமில்லை.

சகட யோகத்தில் பிறந்தவன் சிற்சில சமயத்தில் பாக்கிய மிழந்தவனாக இருந்துகொண்டு மறுபடியும் எல்லாப் பாக்கியத்தையும் அடைபவனாகவும், தீராத மனக்கவலை உடையவனாகவும் இருப்பான்.

உதாரணம்: 126

<table>
<tr><td></td><td></td><td></td><td></td></tr>
<tr><td>லக்
கு</td><td colspan="2" rowspan="2">சகடயோக
ஜாதகம்</td><td>செ
ரா</td></tr>
<tr><td>சு, பு
கே
சனி</td><td></td></tr>
<tr><td></td><td>சு</td><td></td><td>சந்</td></tr>
</table>

இந்த உதாரண ஜாதகத்தில் சந்திரன், குருவுக்கு 8-ல் உள்ளது. சந்திரன் கேந்திரம் பெறவில்லை. சகட யோகத்திற்கு கூறப்பட்ட பலன்கள் இந்த ஜாதகர்க்கு ஏற்படும். மனிதர்க்கு 2000-க்கும் மேற்பட்ட யோகங்கள் ஏற்படுவதாக ஜோதிட நூல்கள் கூறுகின்றன. அவற்றில் செல்வம், புகழ் தரும் யோகங்கள், கஷ்டம் கொடுக்கும் தரித்திர யோகங்கள் என இரண்டு வகைப்படும்.

ஒரு மனிதரின் ஜாதகத்தில் இரண்டு வகையான யோகங் களும் கலந்து காணப்படும். இவற்றில் செல்வம் தரும் யோகங்கள் அதிகமாக இருந்தால் மேன்மையான வாழ்க்கை அமையும்.

ஒரு மனிதரின் ஜாதகத்தில் பிரபலமான யோகங்கள் 10 அல்லது 10-க்கு மேற்பட்டு காணப்பட்டால் இன்றைய காலத்தில் கிராம தலைவர், எம்.எல்.ஏ., மந்திரி, முதலமைச்சர், பிரதம அமைச்சர், பிரதமர், கவர்னர், ஜனாதிபதி மற்றும் பிரபல வணிகர், கல்வியாளர், எல்லா துறைகளிலும் முன்னிலையில் இருப்போர், இவர்களைப்போல் திகழ முடியும்.

விசித்திர ஜாதகம்

உதாரணம்: 127

<table>
<tr><td></td><td></td><td></td><td></td></tr>
<tr><td></td><td colspan="2" rowspan="2">ராசி
4.02.1962
6.03 Am

உத்திராடம் - 4</td><td>ரா</td></tr>
<tr><td>குரு, கேது
புத, சுக்
சூரி, லக்
சனி, செவ்
சந்</td><td></td></tr>
<tr><td></td><td></td><td></td><td></td></tr>
</table>

கிரகம்	**நின்ற நட்சத்திரம்**	
சூரியன்	*சந்திரன்*	*21.24.00*
சந்திரன்	*சூரியன்*	*7.41.48*
செவ்வாய்	*சூரியன்*	*8.17.05*
புதன்	*செவ்வாய்*	*24.45.29*
குரு	*செவ்வாய்*	*25.03.48*
சுக்கிரன்	*சந்திரன்*	*23.13.32*
சனி	*சந்திரன்*	*10.22.26*
ராகு	*புதன்*	*24.53.45*
கேது குரு	*செவ்வாய்*	*24.53.45*
லக்கினம்	*10°. 28'. 42"*	*சந்திரன்*

இந்த உதாரண ஜாதகத்தில் 8 கிரகங்கள் ஒரே ராசியில் இருக்கிறது. ஜோதிட சூத்திரங்கள் பலவற்றை இங்கு பயன்படுத்த முடியாத நிலை உள்ளது. இப்பொழுது 8 கிரங்களில் எத்தனை லக்கின பாவத்தை காட்டி வேலை செய்யும், எத்தனை கிரகங்கள் 12 பாவத்தை காட்டுகிறது என பிரித்து பலன் அறியலாம். அட்டவணை 7-ஐ பார்க்கவும். இந்த ஜாதகர் மருத்துவ துறையில் பட்டம் பெற்றவர். மனைவி, இரண்டு குழந்தைகள் உண்டு. பாரம்பரிய குடும்பத்தில் பிறந்த இவரால் பெரிய சாதனை ஏதும் செய்யமுடியாமல், சராசரி வாழ்க்கை வாழ்ந்து வருகிறார்.

ராகு / கேது எந்த வீட்டில் இருக்கிறதோ, அவற்றுடன் ஏதாவது ஒன்றோ, ஒன்றுக்கு மேற்பட்டோ கிரகங்கள் இருக்குமாயின், அந்தந்த வீடுகளின் காரகத்தை கெடுத்து ராஜ யோகத்தை கொடுக்கும் என்று மரபு ஜோதிடம் கூறுகிறது.

இந்த ஜாதகத்தில் லக்கினத்திலேயே அனைத்து கிரங்களும் நின்றுள்ளதால், மற்ற வீடுகளின் காரகத்தை விட்டு தூரமாக சென்றால் இவருக்கு முன்னேற்றம் கிடைக்குமென்று கூறியதால் இவர் வெளிநாட்டு வேலையில் போய் சேர்ந்து பணியாற்றுகிறார். வருவாய் கூடுதலாக கிடைக்கிறது. குடும்பம், சொந்தம் எல்லாம் இந்தியாவில் உள்ளது. ஜாதகர் இந்தியாவில் உள்ளவரை குறைந்த வருவாயில் வேலைபார்த்து வந்தார்.

ஜோதிடமும், இறைவழிபாடும்

ஜோதிடர் தனது ஜோதிட தொழில் சிறப்பாக நடக்க வாக்கு பலிதம் பெற, வெள்ளை உடை அணிதல் நலம். பரிகாரம் சொல்லும்பொழுது தெய்வம் சார்ந்த பரிகாரம் சொல்லுதல் நலம். சித்தர்கள் சார்ந்த பரிகாரம் சொல்லுதல் நலம். சுபகாரியங்களுக்கு பலன் சொல்லுபவராக இருந்தால் சைவ படையல் செய்யும் தெய்வத்தை வழிபடுபவராக இருத்தல் நலம். இந்த வழிபாட்டால் சுபகாரியங்களும், அசுப காரியங்களும் பலிதம் ஆகும்.

அசைவ படையல் செய்யப்படும் தெய்வங்களை வழிபடுவதால் சுப காரியங்கள் பலனளிப்பதில் தடைகள், தாமதம் ஏற்படுத்தும். ஜோதிடர் ஒருவர் தரையில் அமராமல், பலகை அல்லது மேஜையில் அமர்ந்து ஜோதிடம் பார்க்க வேண்டும்.

பிரம்மஸ்ரீ திருவருட்செல்வன்

சகுனங்கள் சரியான குறிகாட்டிகள்

ஜோதிடரும், ஜோதிடத்தில் நம்பிக்கையுள்ளவர்களும், இந்த சகுன முறையை பின்பற்றலாம். சகுனங்களை மூட நம்பிக்கை என ஒதுக்க முடியாது. இறையருளால் நடக்கும் காரியங்களின் முடிவை முன்கூட்டியே நமக்கு உணர்த்துகின்றன இந்த சகுனங்கள்.

முற்பிறப்பின் செயல்களை ஒட்டி ஒருவருக்கு சகுனங்கள் ஏற்படுகின்றன. இக்கருத்தை வராஹமிஹிரர் அவர்களும் ஆமோதிக்கிறார்.

சகுனங்கள் இயற்கையாக ஏற்பட்டதாக இருக்க வேண்டும். பூனை எதிரே வந்தால் எடுத்த காரியத்தை மறந்து முயற்சியை கைவிடுதல் நலம். பசு, சாமி சிலைகள், எதிரே வந்தால் நல்லது. மணியோசை கேட்டால் நன்மை, விளக்கு அணைதல், மின்சாரம் நின்றுபோதல் ஆகிய சகுனங்கள் கெடுபலன்களை குறிப்பிடுவதாக எடுத்துக் கொள்ளலாம்.

ஒரு காரியம் செய்ய தொடங்கும்பொழுது சகுனம் தடையை காட்டினால், சில நாட்களில் தவிர்த்து, பின்பு மீண்டும் முயற்சி செய்யலாம்.

இரண்டு அல்லது மூன்று முறை சகுனம் கெடுதலாக காட்டினால் அச்செயலை கண்டிப்பாய் தவிர்த்து விடலாம்.

நோய்தீர பரிகாரம்

நவதானியத்தை கொண்டுவந்து, நோயாளி தலையைச் சுற்றி, பசு மாட்டிற்கு வைத்து உண்ணச்செய்ய நோய் தீரும். கொடுத்த மருந்து நல்ல முறையில் வேலை செய்து நிவாரணம் கிடைக்கும்.

பசு மாடு அருகில் கிடைக்காதவர்கள், எள்சாதம் செய்து நோயாளி தலையை சுற்றி நாற்சந்தியில் வைக்க நோய்தீரும். 9 நாள் வரை செய்வது நன்று.

குங்கிலிய ஹோமம் செய்ய நோய் தீரும்.

சாபம் தீர பரிகாரம்

நவரத்தினம், தேங்காய், தங்கம் இம்மூன்றும் தானம் செய்ய நமக்கு ஏற்பட்ட சாபங்கள் தீரும். இது செல்வந்தர்களுக்கு உரிய

பரிகாரமாகும். எளிய நிலையில் வாழ்பவர்கள் ஒரு கிராம் அல்லது அரை கிராம் தங்கம், 9 தேங்காய் இவை இரண்டும் சேர்த்து தானம் கொடுக்க சாபம் தீரும். தானம் பெற்றவர் மகிழ்ச்சியுடன் வாழ்த்துவதால் சாபம் தீர்க்கப்படுகிறது.

புத்திர தோஷம் தீர பரிகாரம்

சந்ததி விருத்தி அடைவதற்கும், குழந்தை பேறு கிடைக்க வேண்டியும் இந்த பத்து பாடல்களை பாடலாம். காலை, மாலை ஆகிய இரு வேளைகளில் பக்தியுடன் பாடி வர குழந்தை பாக்கியம் உறுதியாகக் கிட்டும். இப்பாடல் அருணகிரிநாத முனிவரால் இயற்றப்பட்டு, முருகப்பெருமானை நினைத்து பாடப்பட்ட பாடலாகும். இப்பாடலை பாடி அனேகர் குழந்தை பாக்கியம் பெற்றுள்ளனர். அனுபவத்தில் கண்ட உண்மை.

வேற்குழவி வேட்கை

பதினே ழொன்றும்விழை செய்ய பாத மோலிடநன்
மதிபோன் மாமைமுக மண்ட லம்ப குக்கநகுங்
கதியே வேற்குழவி நின்னைக் காத லாற்றமுவ
நிதியே வாராயோ கைக ணீளு கின்றனவே - *1*

சீவி முடித்தசிகை செம்பொற்சுட்டி நன்குழைகள்
மேவு முறுப்புநிழல் செய்யவாடும் வேற்குழவீ
ஏவல் கொடுத்தருள வெண்ணி யென்முன் வாராயோ
கூவை வெறுத்தகணக ளிச்சை கொள்ளு கின்றனவே - *2*

பாவே றுஞ்சவையர் மெச்சிப் பாடும் வேற்குழவீ
சேவே றுன்பவளத் தெய்வ வாயை யேதிறந்து
துவே றின்கரைக ளிங்குச் சொல்ல வாராயோ
கோவே யென்செவிக ளிச்சை கொள்ளு கின்றனவே - *3*

பொன்னார் கண்டசர நன்கு பூண்ட தங்கவொளிக்
கொன்னார் வேற்குழவீ நல்ல கொவ்வை நின்னிதழை
என்னார் வந்தீர விங்கு நல்க வாராயோ
உன்னா ருண்ணிலையும் வாயு மூறுகின்றனவே - *4*

எண்ணே றும்பலயி லென்ற வேல்பி டித்தசையுங்
கண்ணே செங்குழவீ யென்றன் கண்க ணாடழகே
தண்ணே றும்வதன முத்தந் தாரா யோபிறிது
நண்ணா வென்னுளந்தா னின்னை நாடு கின்றதரோ - 5

முத்தே மாமணியே முல்லை வெட்சி நன்கடம்பு
வைத்தா ரம்புனைந்தென் முன்னர் வாரா யோவுழலுஞ்
சித்தார் வேற்குழவீ யுச்சி செவ்வன் மோந்துகொள்ள
வித்தே யென்மூக்கி னிச்சை மீறு கின்றதரோ - 6

ஐயார் நல்லரையிற் பொன்வடங்க ளாடவுழல்
வையார் வேற்குழவீ யிங்கு வாரா யோகால்கள்
மையார் கண்மலர்க ளின்பு மல்க மோந்துகொள்ள
மெய்யா யென்மூக்கி னிச்சை மீறு கின்றதரோ - 7

பொன்போன் மேனியிலே நல்ல பூம ணங்கமழும்
இன்பே வேற்குழவீ யிங்கு வாரா யோவிரியா
அன்பார் புன்முறுவல் செய்யு மார்விற் பல்லழகென்
துன்பீ ரம்பெனவே னெஞ்சந் துள்ளு கின்றதரோ - 8

கள்ளார் செங்கரும்பே கண்டு தேனே யின்னமுதுண்
கிள்ளாய் வேற்குழவீ யன்பர்களே மாதுமையாள்
பிள்ளாய் கண்ணியொன்று நல்ல பெட்பி னான்றருவேன்
தள்ளா தேகொளற்கென் முன்னர் வாரா யோதகையே -9

மாண்பார் சந்தமுனி யின்ப வாழ்வே நின்னெழிலைக்
காண்பார் வேறழகு மிங்குக் காண்பார் கொல்லோநான்
ஊண்பா டஞ்சியுனை நன்கு காண்பா நின்று வந்தேன்
வீண்போ காதபடி யிங்ஞன் வாராய் வேற்குழவீ - 10

இப்பாடலின் கருத்துரை:

பதினென் கணங்களும் விரும்பித் தொழுகின்ற சிவந்த திருவடிகள் ஒலிக்க, முழுநிலவு போன்ற அழகு நிறைந்த முகவட்டம் ஈதலால் ஒளிவிடும் புகலிடமே! வேற்படை ஏந்திய குழந்தையே! செல்வமே! உன்னை அன்பினால் தழுவிக்கொள்ள என் அருகில் வரமாட்டாயோ? உன்னை எடுத்துக்கொள்ள என் இரு கைகளும் நீளுகின்றனவோ!

- 1

நன்கு வாரி முடித்த திருமுடியிலணிந்த செம்பொன்னாலான நெற்றிச் சுட்டியும், சிறந்த காதணிகளும், அவை பொருந்தியுள்ள உறுப்புகளில் ஒளி செய்யுமாறு நடனமாடுகின்ற வேற்படை ஏந்திய குழந்தையே! எனக்குக் கட்டளை இட்டு அருளுதற் பொருட்டு என் முன் வரமாட்டாயோ? இவ்வுலகத்தைக் கண்டு இன்புற்ற கண்கள் அதை வெறுக்கின்றன. என் இரு கண்களும் உன்னையே பார்க்க விருப்பம் கொள்கின்றன.

- 2

சிறந்த பாடல்கள் அரங்கேற்றப்படும் அவையில் வீற்றிருக்கும் பெரும் புலவர் கூட்டத்தார் புகழ்ந்து பாடுகின்ற வேற்படை ஏந்திய குழந்தையே! சிவப்பு நிறம் மிகுந்து தோன்றும் உனது பவளம் போன்ற தெய்வத்தன்மை பொருந்திய வாயை திறந்து முத்திக் கரைகளை அடைவதற்குரிய வழிகளை இவ்விடத்துச் சொல்லியருள வரமாட்டாயோ? அரசே! என் காதுகள் கேட்பதற்கு விருப்பம் கொள்கின்றன.

- 3

அழகு பொருந்திய கழுத்து மாலையை நன்கு அணிந்துள்ள பொன் போலும் ஒளிவீசும் திருமேனியுடைய அச்சம் பொருந்திய வேற்படையை ஏந்திய குழந்தையே! சிறந்த கொவ்வைக்கனி போலும் உனது உதடுகளை எனது ஆசை தீர முத்தம் தர இவ்விடத்தில் வரமாட்டாயோ? என்னுடைய நினைக்கும் நெஞ்சும் வாயும் சுவைப்பதற்கு நீர் ஊறுகின்றன.

- 4

எண்ணிக்கையில் உயர்ந்த பல வேற்படைகள் சேர்ந்த ன்றே இந்த வேற்படை எனும்படி வலிமையும், தலைமையும் வாய்ந்த படைக்கல நாயகம் என்றழைக்கப்படும். வேற்படையை கையிற் பிடித்து ஆடும் என் கண் போன்றவனே. சிவந்த குழந்தையே! என் இரு கண்களும் பார்க்க விரும்புகின்ற அழகின் வடிவமே குளிர்ச்சி மிகுந்திருக்கும் உனது முகத்தின் முத்தத்தினை எனக்கு அளிக்க மாட்டாயோ? வெறொன்றினை விரும்பாத எனது மனம் உன்னையே விரும்புகிறது.

- 5

முத்தே! மாணிக்கமே! முல்லை, வெட்சி, கடம்பு முதலிய மலர்களால் தொடுக்கப்பெற்ற மாலையை அணிந்து கொண்டு என் முன்னால் வரமாட்டாயோ? சுழலுகின்ற அறிவு நிறைந்த வேற்படையை ஏந்திய குழந்தையே! எல்லா பொருளுக்கும் மூலமாக இருப்பவனே! உனது தலை உச்சியை நன்றாக மோர்ந்து அனுபவிக்க என் மூக்கில் விருப்பம் அடக்க முடியாதவாறு அதிகமாகின்றது.

- 6

அழகு பொருந்திய நல்ல இடையில் பொன்னாலாகிய நாண் ஆடும்படி அசைந்தாடும் கூர்மை பொருந்திய வேற்படையை ஏந்திய குழந்தையே! இங்கு வரமாட்டாயோ? உன்னுடைய திருவடிகளையும் மைதீட்டிய திருக்கண்களாகிய மலர்களையும் இன்பம் மிகுதியாகும்படி மோந்து அனுபவிக்க என் மூக்கில் உண்மையாகவே விருப்பம் அடக்க முடியாதவாறு எழுகின்றது.

- 7

பொன்னைப் போன்று விளங்கும் திருமேனியில் நறுமணமிக்க மலரின் மணம் வீசிக் கொண்டிருக்கும் பேரின்ப வடிவானவனே! வேற்படையை ஏந்திய குழந்தையே! இங்கு வரமாட்டாயோ! என்றும் நீங்காத அன்பு பொருந்திய புன்சிரிப்பைச் செய்கின்ற நிறைந்த ஒளிவீசும் பல்வரிசையின் அழகானது என் துன்பங்கள் எல்லாவற்றையும் பிளந்தெறியும் அம்புப்படை என்று நினைத்து என் மனமானது மகிழ்ச்சியால் துள்ளுகின்றது.

- 8

தேன் நிறைந்த கரும்பே கற்கண்டே! தேனே! இனிய அமிழ்தம் உண்ணும் கிளியே! வேற்படையை ஏந்திய குழந்தையே! அன்பர்களின் உறவே! உமை அம்மையாரின் புதல்வனே! நான் சிறந்த அன்பினால் உனக்கு ஒரு பாடலைத் தருவேன். அதனைத் தள்ளிவிடாமல் ஏற்றுக்கொள்வதற்குப் பெருமை மிக்கவனே என் முன்னால் வரமாட்டாயா?

- 9

மாட்சிமை பொருந்திய அருணகிரிநாத முனிவரின் இன்ப வாழ்வாக விளங்குபவனே! உனது அழகினைக் காண்பவர் வேறு அழகினையும் காண்பாரோ? காணமாட்டார். உணவினால் வரும்

கேட்டினுக்கு அஞ்சி உன்னை நன்றாகக் காணும் பொருட்டு இன்று வந்தேன். வந்த என் ஆசை வீணாகப் போய்விடாமல் இவ்விடம் வருவாயாக வேற்படையை ஏந்திய குழந்தையே.

- 10

ஜோதிடம் காட்டும் பாதை

ஜோதிடம் என்பது 27 நட்சத்திரங்கள், 12 இராசிகள், 9 கிரகங்கள் ஆகியவற்றை அடிப்படையாகக் கொண்டது. கிரகங்களின் சுற்று பாதையே இராசி மண்டலம் என ஜோதிட வல்லுனர்கள் கூறுகிறார்கள். இந்த இராசி மண்டலம் 360 டிகிரி உள்ளது. ஒவ்வொரு இராசியும் 30 டிகிரி கொண்டது. ஜோதிடத்தில் பலன் கூற லக்கினம், இராசி என்ன என்பதை கவனிக்க வேண்டும், லக்கினம் என்பது பிறந்த நேரத்தை வைத்து கணிக்கப்படுவது இராசி என்பது பிறந்த நேரத்தில் எந்த நட்சத்திரம் உள்ளதோ, அந்த நட்சத்திரம் அமைந் துள்ள இராசி மண்டலம் ஆகும்.

உதாரணமாக 14.4.2002 சித்திரபானு வருஷம் சித்திரை 1-ம் தேதி ஞாயிற்றுக் கிழமைஆக இருக்கும். இந்த லக்கினம் 2 மணி நேரத்திற்கு ஒரு இராசியாக மாறி 24 மணி நேரத்திற்குள் 12 இராசியையும் கடந்து அடுத்த நாள் காலை 6.10 அதே மேஷத்தில் தொடங்கும். இதை துல்லியமான முறையில் கணித்து கொடுக்க நிறைய வசதிகள் உண்டு. அடுத்ததாக சித்திரை 1-ந் தேதி 6.10 AM மணிக்கு பரணி நட்சத்திரம் இருப்பில் உள்ளதால் அசுவணி, பரணி, கார்த்திகை முதல் பாதம் ஆகிய நட்சத்திரங்களைக் கொண்ட மேஷராசி மண்டலம் குழந்தையின் இராசி எனப்படும்.

மேஷராசி ஒன்றாம் பாவம் எனவும், அடுத்து ரிஷபம் 2-ம் பாவம் எனவும் மிதுனம் 3-ம் பாவம் எனவும் அப்படியே வலப்பக்கமாக கடிகார இயக்கம்போல் 12-ம் பாவம் வரை குறிப்பிடப்படுகிறது. 6, 8, 12 பாவத்தில் நின்ற கிரகங்கள் 6, 8, 12 பாவ அதிபதியின் சாரத்தில் நின்ற கிரகங்கள் மாபெரும் கஷ்டங் களையும், துன்பங்களையும், அவமானங்களையும், நஷ்டத்தையும் கொடுப்பதாக கூறப்படுகிறது.

கிரகங்கள் சுற்றிக்கொண்டே இருப்பவை. இதையே கோட்சாரம் என்று கூறுகிறார்கள். கோட்சார பலன்கள் பிறந்த நட்சத்திரம் இருந்த இராசியை அடிப்படையாக வைத்து கூறப்படுவது.

நவக்கிரகங்கள் ஒவ்வொன்றும் ஒரு இராசியை கடக்க வெவ்வேறான காலத்தை எடுத்துக்கொள்கின்றன. சந்திரன் இரண்டே கால் நாட்கள் சூரியன் 1-மாதம், குரு 1-வருடம், சனி இரண்டரை வருடம், இராகு கேதுக்கள் ஒன்றரை வருடம் எடுத்துக் கொள்கிறார்கள். இதில் 1 வருடம் அதற்கு மேல் ஒரே ராசியில் தங்குகிற கிரகங்களினால் ஜாதகர்களுக்கு குறிப்பிட்ட அளவிலான பலன்கள் நடைபெறுகிறது. எந்த இராசிக்கும் குரு கிரகமானது 1, 3, 4, 6, 8, 12 ஆகிய இடங்களில் சஞ்சாரம் செய்யும்பொழுது துன்பத்தை தரும் என்று கூறப்படுகிறது. சனி கிரகமானது ராசிக்கு, 1, 2, 4, 8, 12 ஆகிய இடங்களில் சஞ்சரிக்கும் காலம் துன்பம் தரும் என்று கூறப்படுகிறது. சந்திரனுக்கு 12, 1, 2 ஆகிய இடங்களில் வரும் காலம் 71 / 2 சனி காலம் சந்திரனுக்கு 8-ல் வரும் காலம் அஷ்டம சனி காலம், சந்திரனுக்கு 4-ல் வரும் காலம் அர்த்தாஷ்டம் சனி என்றும் கூறப்படுகிறது.

ஒரு நபர் நேர்மையானவர், உண்மையாய் உழைப்பவர், நியாயமான தொழில் செய்பவர், ஏழரை சனியின் காலத்தில் தனது தொழில், நற்பெயர் ஆகியவற்றை இழந்து சிரமத்திற்கு ஆளாகும் பொழுது, அவர் தெய்வ நம்பிக்கை இழந்து விடுகிறார். அவருக்கு சாஸ்த்திரங்கள், தர்ம நெறிமுறைகள் மீது அவநம்பிக்கை ஏற்படு கிறது. விரக்தியின் விளிம்பிற்கு அவர் போய் விடுகிறார். கடைசியில் தற்கொலைக்கு முயற்சி செய்யும் அளவு துன்பப்படுகிறார். அப்பொழுது ஏழரை சனியின் கடுமையை குறைக்க, அந்த கால அளவை குறைக்க நம்மால் இயலாதபோது வேறு மார்க்கங்கள் மூலம் அவரது துன்பத்தின் அளவை குறைத்து, அவர்க்கு தன்னம்பிக்கையை ஏற்படுத்தலாம், அந்த மார்க்கம் வாஸ்து, நியூமராலஜி, பரிகாரங்கள், ஸ்தல யாத்திரைகள், பூஜைகள் ஆகியவை ஆகும்.

எண்கணித முறையில் ஒருவருடைய பெயர் நிறுவனத்தின் பெயர், ஆகியவற்றை அவரது பிறந்த தேதிக்கும் ஜாதகத்திற்கும் ஒத்துழைக்குமாறு செய்வதின் மூலம் அதிர்ஷ்டத்தை ஏற்படுத்தலாம்.

எத்தனையோ மகான்கள் காலடிபட்ட புண்ணிய ஸ்தலங்களை, நாம் மதிப்பதாலும், புண்ணிய தீர்த்தங்களில் நீராடுவதாலும் நாமும் புண்ணியம் அடைகிறோம்.

பரிகாரத்திற்காக செய்யப்படும் ஹோமங்களில் ஓதப்படும் மந்திர ஒலிகள் நம்மை சுற்றி காற்றில் அதிர்வுகளை ஏற்படுத்தி நம்மை துன்ப அதிர்வு அலைகளிலிருந்து பாதுகாக்கின்றன.

எண்களும், அவற்றின் குணங்களும்

எண் – 1 சூரியன்

1. 10, 19, 28 ஆகிய தேதிகளில் பிறந்தவர்கள் இந்த எண்ணின் ஆதிக்கத்தில் வருகிறார்கள். ஆக்கதிறன் மிக்கவர்கள், புதிதாக உருவாக்கம் செய்ய எண்ணுபவர்கள். பிடிவாதம், உறுதி கொண்டவர்கள், தங்களுடைய தொழில், உத்தியோகம் ஆகியவற்றில் தலைமை பொறுப்பை அடைய சலியாத உழைப்பை தருபவர்கள். எப்பொழுதும் சுறுசுறுப்பானவர்கள், ஆசை மிகுந்தவர்கள், கட்டுப்பாடுகளை வெறுப்பவர்கள், அரசு பதவிகளில் நீண்ட காலம் நிலைத்து இருப்பவர்கள்.

அதிர்ஷ்டம் தரும் நிறங்கள்:

பொன்னிறத்தில் எல்லா சாயைகளும், மஞ்சள் வெண்கல நிறம், தங்க பழுப்பு நிறம், கனகாம்பர நிறம். மேற்குறிப்பிட்ட கலர் கோடுகள் வெள்ளை கலருடன் இருப்பவை. வேஷ்டிகளின் கரையில் மேற்கண்ட கலர்கள் இருக்கலாம். 1, 10, 19 ஆகிய தேதிகள் நலம் தரும். சூரிய ஒரை, ஞாயிற்றுக்கிழமை ஆகியவை நன்மையானவை.

அதிர்ஷ்ட கற்கள்:

மாணிக்கம், டோபாஸ், புஸ்பராகம்.

தொழில்கள்:

சூரிய ஆதிக்கம் பலமாயிருந்தால் அரசு தொடர்பு உள்ள உத்தியோகங்கள், அரசு காண்டராக்டுகள், உயர்வான, நேர்மையான தொழில்கள், வியாபாரங்கள், அறுவை சிகிச்சை மருத்துவம், ராணுவம், காவல்துறை, சர்வதேச வியாபாரம், மருத்துவமனை, நிர்வாக டைரக்டர், நிர்வாக அதிகாரி, விளையாட்டுத்துறை, நகை வியாபாரம், சர்வாதிகாரி, ஸ்டாக் எக்ஸ்சேஞ்ச், கல்லூரிகள், வழக்கறிஞர், அரசியல் போன்ற துறைகளில் முன்னேற்றம் கிடைக்கும்.

ஆகாதவை – துரதிர்ஷ்டமானவைகள்:

8, 17, 26 ஆகிய தேதிகள் சனிக்கிழமை, சனி ஓரைகள், கறுப்பு நிறம், பாக்கு வர்ணம், கருநீலம் கலந்த வர்ண ஆடைள், தானியத்தில் எள்ளு விலக்கப்பட வேண்டியவை.

எண் – 2 சந்திரன்

2, 11, 20, 29 ஆகிய தேதிகளில் பிறந்தவர்கள் இந்த எண்ணின் ஆதிக்கத்தில் வருகிறார். கற்பனை சக்தி மிக்கவர்கள். சந்தேகம் அதிகம் கொள்ளுபவர்கள், உடலை விட மன வலிமை மிக்கவர்கள், பேச்சாளர்கள், வாதம் செய்பவர்கள், பயப்படுகிறவர்கள், சாந்தமானவர்கள் இவர்கள் கடவுள் நம்பிக்கையை ஏற்படுத்துவதன் மூலம் வாழ்க்கையில் உயர்வு அடையலாம்.

அதிர்ஷ்டம் தரும் நிறங்கள்:

இலேசான பச்சை நிறம், பாலாடை போன்ற மஞ்சள், வெண்ணிறம் *80%* சதவீதம் வெண்மை கலந்த எல்லா நிறங்களும். *2, 11, 20, 29, 7, 25* ஆகிய தேதிகள் நலம் தரும். திங்கள் கிழமை, சந்திர ஓரை நலம் தரும்.

அதிர்ஷ்ட கற்கள்:

முத்துக்கள், JADE என்ற பச்சை நிற கல்லும், MOON STONE என்கிற சந்திர காந்தக்கல்.

தொழில்கள்:

விவசாயம், துணிகடைகள், கதை எழுதுதல், ஓவியம், சங்கீதம், விளையாட்டு, வக்கீல், நகை கடை, விளையாட்டு சாமான்கள், பால்பண்ணை, காப்பி, டீ வியாபாரம், பான வகைகள், ஜுஸ், ஐஸ்கிரீம் கடைகள், முத்து வியாபாரம், அழகு சாதனங்கள், தைலகங்கள், திரவமான மருந்துகள், பெயிண்ட் வியாபாரம், பெயிண்டிங் வேலைபாடுகள், மதம் சம்பந்தமான ஆராய்ச்சிகள், தானியம், பழம், பூ, காய்கறி, விற்பனை நிலையங்கள்.

காகிதம், புத்தகங்கள், எழுதும் சாதனங்கள் விற்பனை, போட்டோ ஸ்டூடியோ, மாட்டு பண்ணைகள், சர்க்கரை கலந்த பொருட்கள், கப்பல் போக்குவரத்து, கப்பல் மாலுமி, மதுபானம்

விற்பனை, பிளாஸ்டிக் பொருள், சாயப்பட்டறைகள், ரொட்டிக்கடை, நூல் வியாபாரம், தோல் வியாபாரம், மீன் பண்ணை, அமிலங்கள் தொடர்புடைய தொழில்கள், சர்க்கரை ஆலை, நீர் வினியோகம், குடிநீர் வடிகால் வாரியம், நீதிபதி, அணைகட்டுகள், கிணறு, குளம், நீர் தேக்க கட்டுமானம், இரவு பணி செய்தல், டெக்ஸ்டைல் இஞ்சினியர், துறைமுகங்களில் பணி செய்தல், மின்துறை போன்ற துறைகளில் முன்னேற்றம் ஏற்படும்.

ஆகாதவை – துரதிர்ஷ்டமானவைகள்:

8, 17, 26, 9, 18, 27 ஆகிய தேதிகளும், செவ்வாய், சனி கிழமைகளும், செவ்வாய், சனி ஓரைகளும், கறுப்பு, கருஞ்சிவப்பு நிற ஆடைகளும், ஆழ்ந்த நீலமும் விலக்கப்பட வேண்டியவை.

எண் – 3 குரு

3, 12, 21, 30 ஆகிய தேதிகளில் பிறந்தவர்கள் இந்த எண்ணின் ஆதிக்கத்தில் வருகிறார்கள். பொதுநல சேவை எண்ணம் மிகுந்தவர்கள், அநேக தலைவர்கள் இந்த எண்ணில் பிறந்தவர்கள், தேச பக்திமிக்கவர்கள், உண்மையான உழைப்பாளிகள், நல்ல போதனையாளர்கள், உயர்ந்த எண்ணம் கொண்ட நல்லாசிரியர்கள், கடமை, கண்ணியம், கட்டுபாடு மிக்கவர்கள் இவற்றை மற்றவர்களுக்கு சுட்டி காட்டுபவர்கள். லஞ்சம் வாங்காத நேர்மையாளர்கள், புத்தி கூர்மையுடையவர்கள், தர்மம் செய்வார்கள், எந்த வியாபாரத்திலும், உத்தியோகத்திலும் மிக உயர்ந்த பதவிகளுக்கு உயர்ந்துவிட அயராது பாடுபட்டு உயர்ந்து விடுகிறார்கள். எல்லா விஷயத்திலும் ஒழுங்கையும், கட்டுப்பாட்டையும் அவர்கள் விரும்புகிறார்கள். மற்றவர்களையும் பின்பற்ற வேண்டுமென வற்புறுத்துவார்கள். சட்டம் விதித்தல், தங்கள் கருத்துக்களைச் செயலாக்க வேண்டும் என வற்புறுத்துதல் ஆகியவை இவர்களது குறைபாடுகள், மேலே கூறிய காரணத்தால் இவர்களுக்கு பலர் பகைவர் ஆகிறார்கள். சாதாரணமாக மற்றவர்களை புகழ்ந்துவிட மாட்டார்கள்.

அதிர்ஷ்ட நிறங்கள்:

ஆரஞ்சு, ரோஸ், கத்தரி பூ வர்ணம், தாமரை பூ வர்ணம், மஞ்சள், சிவப்பு போன்ற நிறங்களும் இவைகள் கலந்த கூட்டு சேர்க்கையாக உள்ள நிறங்களும் அதிர்ஷ்டம் தரும் 9, 18, 27, 3,

12, 21, 30 ஆகிய தேதிகள் நலம் தரும். செவ்வாய், குரு ஓரைகள் நன்மை, செவ்வாய், வியாழக்கிழமை ஆகியவை நன்மையானவை.

அதிர்ஷ்ட கல்:

மஞ்சள் புஷ்பராகம், எமிதிஸ்ட் (Amethyst)

தொழில்கள்:

அதிகாரம் மிக்க அரசு பணிகள், தரைப்படை, கப்பற்படை, சமூக பொதுநல ஸ்தாபனங்கள், தர்ம ஸ்தாபனங்கள், ஒழுக்கம், கவர்ச்சி உள்ள தொழில்கள், நுண்ணறிவு மிக்க பௌதீக ஆராய்ச்சி பணிகள், சாஸ்த்திர ஆராய்ச்சி, பிறருக்கு யோசனை சொல்லி பொருளீட்டல், கன்சல்டன்சி, ஆடிட்டர்கள், விளம்பரதாரர், வட்டிக்கடை தரகர், பத்திரிக்கையாளர், மேயர், ஜோதிடம், மதவாதி, பள்ளி ஆசிரியர், கல்லூரி பேராசிரியர், நீதிபதி, வங்கி துறை, வருமான வரி, விற்பனைவரி, வழக்கறிஞர், மருத்துவர், வேதாந்தம், மனோதத்துவம், அரசியல், தோட்டக்கலை, கடல் ஆராய்ச்சிகள் போன்ற துறைகளில் முன்னேற்றம் கிடைக்கும்.

ஆகாதவை – துரதிர்ஷ்டமானவை:

6, 15, 24 தேதிகள், வெள்ளிக்கிழமை, சுக்கிர ஓரை, கறுப்பு, கருநீலம், கரும்பச்சை நிறங்கள் விலக்கப்படவேண்டியவை.

எண் – 4 ராகு

4, 13, 22, 31 ஆகிய தேதிகளில் பிறந்தவர்கள். இந்த எண்ணின் ஆதிக்கத்தில் வருகிறார்கள். இந்த எண்காரர்கள் எந்த பொருளையும் பிறர் நோக்கும் கோணத்திலிருந்து நோக்காமல், அதற்கு எதிரான கோணத்திலிருந்து பார்க்கிறார்கள். எதிர்வாதம் செய்வது இவர்களது இயல்பு. சமூக, அரசியல், சட்டம் ஆகிய துறைகளில் சீர்திருத்தம் இவர்களால் ஏற்படுத்தப்படுகிறது. செல்வம் சேர்ப்பதில் இவர்களுக்கு விருப்பம் இருப்பதில்லை. உணவு வகைகளை ருசியாக சாப்பிட விரும்புபவர்கள், எதிரில் உள்ளவர் பற்றி கவலைப்படாமல் துடுக்காக தமது கருத்தை வெளியிடுவார்கள், இடைமறித்து பேசும் வழக்கம் உள்ளவர், உலக விசயங்களில் ஆர்வமும், புலமையும் வைத்துள்ளவர்கள், இவர்களை படிக்காத மேதை எனலாம், பொறியியல், இயந்திர தொழில்நுட்பம்,

மெக்கானிசம் இவ்வகைகளில் இவர்களது அறிவாற்றல் வியக்கத் தக்கது. இவர்களது வாழ்வில் எதிர்பாராத நிகழ்ச்சிகள் திடீரென நடப்பது இந்த எண்ணின் குணமாக இருக்கிறது. பொதுவாக இவர்களிடம் கடவுள் நம்பிக்கை குறைவாக உள்ளது.

அதிர்ஷ்ட நிறங்கள்:

சாம்பல் வர்ணம், பாதி சாயை உள்ள நிறங்கள், வெளிர் நீலம், நீலக் கோடுகள் போட்ட ஆடைகள் அதிர்ஷ்டம் தரும். 1, 10, 19 ஆகிய தேதிகள் ஞாயிறு கிழமை, சூரிய ஓரை நலம் தரும்.

அதிர்ஷ்ட கல்:

அடர்ந்த நீலம், லேசான நீலம், கோமேதகம்.

தொழில்கள்:

பிரசங்கங்கள் செய்தல், கட்டுரை எழுதுதல், நிருபர்கள், தத்துவ ஆராய்ச்சி, சரீர பயிற்சிகள், சர்க்கஸ், வைத்தியம், ஜோதிடம், சங்கீதம், நாட்டியம், தொழிற்சங்க தலைமை பொறுப்புகள், அறிவு சார்ந்த தொழில்கள், கன்சல்டன்சி, வாசக சாலை, பத்திரிக்கை வெளியிடல், ஜெராக்ஸ், மாடு, குதிரை முதலியன பிராணிகள் வியாபாரம், பர்னிச்சர்ஸ், திரைபடங்கள், தயாரித்தல், விற்றல், வீடு கட்டுதல், போட்டி பந்தயங்கள் நடத்துதல், அச்சகங்கள், மில்கள் நடத்துதல், ஆட்டோமொபைல் சேல்ஸ், சர்வீஸ், பஸ், லாரி, டிரான்ஸ்போர்ட், சினிமா தியேட்டர், ஹோட்டல், பலகார கடைகள், பேக்கரிகள், பொதுஜன ஆதரவுடன் நடக்கும் சகல தொழில்களும் இலக்கிய ஆராய்ச்சி, அணுவிசை, விஞ்ஞான ஆராய்ச்சி ஸ்தாபனம், பொதுத்துறை, கெமிக்கல் வியாபாரம், விஷ மருந்துகள் வியாபாரம், பழைய துணிகள் வியாபாரம், எக்ஸ்ரே, பாய்லர் துறை, சுரங்க துறை, கணக்கெடுப்பு துறை, துப்பறியும் துறை, இலஞ்ச ஒழிப்பு துறை, ரேஷன் ஆபீஸ், சூதாட்ட கிளப்புகள், லாட்டரி வியாபாரம், மெக்கானிக்கல் ஒர்க்ஸ் போன்ற துறைகளில் முன்னேற்றம் கிடைக்கும்.

ஆகாதவை – துரதிர்ஷ்டமானவை:

7, 16, 25, 8, 17, 26 ஆகிய தேதிகள் திங்கள், சனிக்கிழமைகள், சந்திர ஓரை, சனி ஓரை, கறுப்பு நீலம் போன்ற விலக்கப்பட வேண்டியவை.

எண் – 5 புதன்

5, 14, 23 ஆகிய தேதிகளில் பிறந்தவர்கள் இந்த எண்ணின் ஆதிக்கத்தில் வருகிறார்கள். உணர்ச்சி வசப்படுபவர்கள், விரைவில் சிந்தித்து முடிவு செய்யும் தன்மையுடையவர்கள், புதுமையான கண்டுபிடிப்புகள் மூலம் செல்வம் அடைய நினைப்பவர்கள், தோல்வியை கண்டு துவளாதவர்கள், எந்த நிலையிலும் மனம் கலங்காதவர்கள், எல்லாதரப்பு மக்களிடம் எளிதாக பழகுபவர்கள், மாற்றங்களை விரும்புபவர், உற்சாகம் உள்ளவர்கள், உதவி மனப்பான்மை உள்ளவர்கள், அடிக்கடி மாறுதல்கள் விரும்புபவர்கள், எதிலும் வியாபார கண்ணோட்டம் இவர்களிடம் உண்டு, பொது மக்களால் விரும்பப்படுபவர்கள்.

அதிர்ஷ்டம் தரும் நிறங்கள்:

லேசான சாம்பல் நிறம், பச்சை நிறம் மற்றும் பாதி அளவு வெண்மை கலந்த கோடுகள் போட்ட ஆடைகள். *5, 14, 23, 9, 18,* 27 ஆகிய தேதிகள் புதன் கிழமை, செவ்வாய் கிழமை, புதன் ஓரை, செவ்வாய் ஓரை நன்மை தரும்.

அதிர்ஷ்ட கல்:

மரகதம், பச்சை நிறமுடைய ஜேட் (JADE)

தொழில்கள்:

வியாபாரம், மளிகை ஸ்டோர்கள், எழுத்தாளர், ஏஜெண்ட், கமிஷன் மண்டி, டிராவல்ஸ் ஏஜென்சி, டெலிபோன், ரேடியோ, டீவி, மின்பொருள் விற்பனையாளர், கட்டிட காண்ட்ராக்டர், சேல்ஸ்மேன்கள், செய்தி போக்குவரத்து, டிரான்ஸ்போர்ட், நூல் ஆசிரியர், மோட்டார் எந்திரங்கள், புத்தக வியாபாரம், தேர்வு அதிகாரிகள், பதிவாளர், ஆராய்ச்சி துறை, அரசியல். ஜோதிடம், ஆட்டோமொபைல் சார்ந்த துறைகள், விகடமாக பேசுதல், மிருகங்கள், பறவைகள் போல ஒலி செய்தல், நூல் வியாபாரம், நீர்தாரை கண்டுபிடிப்பு, கரஸ்பாண்டன்ட், மை உற்பத்தியாளர், துணி வியாபாரம், ஸ்டேசனரி கடைகள், இலக்கியவாதி, மொழிபெயர்ப்பாளர், தபால்காரர், கூரியர் சர்வீஸ், தகவல் அறிவிப்போர், மருத்துவர்கள், உதவியாளர்கள், ஆடிட்டர்கள், கணித வல்லுநர்கள், விளம்பரத்துறை,

விற்பனைத்துறை அதிகாரிகள், டைபிஸ்ட், தனி செயலாளர்கள், அச்சகத் தொழில், வழக்கறிஞர், நடிப்பு துறை, மிஷினரி விற்பனை, அக்கவுண்டன்ட், மெக்கானிக்கல் ஒர்க்ஸ், பேங்க் துறைகள், ஆசிரியர், அயல்நாட்டு வணிகம், சிவில் இன்சினியர், கணக்கு தணிக்கையாளர், ரெப்பரசண்ட்டேடிவ், புதிய பொருள்கள் கண்டு பிடிப்பு போன்ற துறைகள் முன்னேற்றம் கிடைக்கும்.

ஆகாதவை – துரதிர்ஷ்டமானவை:

கறுப்பு நிறம், அடர்ந்த வர்ணங்கள், சனிக்கிழமை, சனி ஓரை, 8, 17, 26 ஆகிய தேதிகள் விலக்கப்பட வேண்டியவை.

எண் – 6 சுக்கிரன்

6, 15, 24 ஆகிய தேதிகளில் பிறந்தவர்கள். இந்த எண்ணின் ஆதிக்கதில் வருகிறார்கள். மிகவும் கவர்ச்சியானவர், பிறரை தம்பால் கவர்ந்து இழுப்பது இவர்களின் உடன்பிறந்த குணம், கலையார்வம் மிக்கவர்கள், தம்முடைய கலைத்திறமையால் மற்றவர்களை சந்தோஷப்படுத்தி பொருளாதாரம் அடைபவர்கள், அதிகாரம் செலுத்த எண்ணுபவர்கள், அன்பு மிக்கவர்கள், பிறர்பால் அன்பு செலுத்துபவர்கள், அவர்களுடைய அன்பு தாயன்பு போன்றதாகும். ஆடம்பரமான ஆடை, அணிகலன்கள் அணிய விரும்புபவர், ஓவியம், சிற்பம், இசை போன்றவற்றில் மிக விருப்பம் தேர்ச்சி பெற எண்ணுபவர்கள், ஆன்மீக எண்ணமும் கொண்டவர்கள், 5-ம் எண்ணுடையவர்களுக்கு அடுத்தபடியாக அதிகமான நண்பர்களை பெறுபவர்கள், கலைக்கும், கலைஞர்களுக்கும், விருந்தோம்பலுக்கும் அதிகமாக செலவு செய்பவர்கள்.

அதிர்ஷ்டம் தரும் நிறங்கள்:

பளபளப்பான வெண்ணிறம், 50 சதவீதம் வெண்மை கலந்த எல்லா வர்ணங்களும் அதிர்ஷ்டமாகும். சிவப்பு, பச்சை, நீலம் ஆகிய நிறங்களை கோடுகளாக கொண்ட வெண்ணிற ஆடைகளும், வெள்ளிக்கிழமை, 6, 15, 24 ஆகிய தேதிகளில் சுக்கிர ஓரை ஆகியவைகள் நலம் தரும்.

அதிர்ஷ்ட கல்:

வைரம், வெள்ளை ஸர்க்கன் (Zircon)

தொழில்கள்:

சகலவிதமான கலைத்துறை சார்ந்த தொழில்களும், பட்டுத்துணி விற்பனை, நகை வியாபாரம், நவரத்தின கற்கள் வியாபாரம், நவநாகரீகமான கலைப்பொருட்கள் தயாரிப்பு மற்றும் விற்பனை, வீடுகள், மாளிகைகள் கட்டுதல், உல்லாச பொருட்கள் விற்பனை, பெண்களுக்கு தேவையான அழகு சாதனங்கள் தயாரிப்பு, மற்றும் விற்பனை, வாசனைப்பொருள்கள் விற்பனை, பேன்ஸி ஸ்டோர்கள், ரயில்வே துறை, விளையாட்டுவீரர், விளையாட்டுதுறை, இசைக் கருவிகள் வாசித்தல், ஆர்க்கெஸ்ட்ரா, இசைக்கருவிகள் விற்பனை, மகப்பேறு மருத்துவர்கள், மகப்பேறு மருத்துவமனை சிப்பந்திகள், நர்ஸ்கள், பொருட்காட்சி சாலை பணியாளர், கலைப்பொருட்கள் சேகரித்தல், கலைப்பொருட்கள் விற்பனை செய்தல், பாத்திரக்கடை, சினிமா தியேட்டர், ஸ்டூடியோ, திருமண நிலையங்கள், அறுவை சிகிச்சை நிபுணர், சித்த மருத்துவர், மூலிகை பண்ணைகள், மூலிகை ஆராய்ச்சிகள். அரசாங்க உத்தியோகம், ஸ்டாக் எக்ஸ்சேஞ், டீவி நிலைய அலுவலர்கள், கண்ணாடி வியாபாரம், பிளாஸ்டிக், பெட்ரோல் பங்க், பெயிண்ட் வியாபாரம், எண்ணெய் வியாபாரம், பால் பண்ணை, கப்பல் துறை, மீன் பண்ணை, இராசயனம், கெமிக்கல்ஸ், பொது தொண்டு, அறுவை சிகிச்சை கருவிகள், மருத்துவ குணமுடைய சோப்புகள், பழைய பொருள் விற்பனை, விற்பனை துறை, பேங்க், வருமான வரி, கல்லூரி பணிகள், மதத்துறை, மலர் பண்ணைகள், மலர் செண்டு தயாரித்தல் போன்ற துறைகளில் முன்னேற்றம் கிடைக்கும்.

ஆகாதவை – துரதிர்ஷ்டமானவை:

3, 12, 21, 30 ஆகிய தேதிகள், மஞ்சள், ரோஸ், கத்தரி பூ ஆகிய வர்ணங்கள், கறுப்பு கலர், வியாழக்கிழமை, குரு ஓரை ஆகியவை விலக்க வேண்டியவை.

எண் – 7 கேது

7, 16, 25 ஆகிய தேதிகள் இந்த எண்ணின் ஆதிக்கத்தின் கீழ் வருகிறார்கள். சுதந்திர உணர்ச்சி உடையவர்கள். தன்னலம் கருதாமல் பிறர்க்கு உதவி செய்பவர்கள், அமைதியில்லாத இயல்பு உடையவர்கள், மாறுதல்களையும், பிரயாணத்தையும் விரும்புபவர்கள், அயல்நாடு சம்பந்தப்பட்ட விஷயங்களில் மிக்க ஆர்வம் கொண்டவர்கள்,

இந்த எண்ணின் ஆதிக்கம் பெற்றவர்கள் அயல்நாட்டு வேலைகளில் சேருகிறார்கள், குறைந்த பட்சம் சுற்றுலா சென்று வருகிறார்கள். இவர்களில் சினிமா நட்சத்திரங்களும் காணப்படுகின்றனர். ஆன்மீகத்தில் புதிய மார்க்கத்தை ஏற்படுத்துபவர்கள், இவர்கள் அறப்பணிக்கு, தர்ம ஸ்தாபனங்களுக்கு நன்கொடை கொடுப்பதில் ஆர்வம் காட்டுவார்கள்.

அதிர்ஷ்ட வர்ணங்கள்:

வெள்ளை, லேசான பச்சை, லேசான மஞ்சள் மற்றும் லேசான வர்ணங்கள் அதிர்ஷ்டமானவை. *1, 10, 19, 28, 2, 11, 20, 29* ஆகிய தேதிகளும், ஞாயிறு, திங்கள் கிழமைகளும், சூரிய, சந்திர ஓரைகளும் நன்மை தரும்.

அதிர்ஷ்ட கல்:

வைடூரியம், சந்திர காந்தக்கல், (MOON STONE) முத்துக்கள்.

தொழில்கள்:

மதத்துறைகள், தத்துவத்துறை, ரசாயன ஆராய்ச்சி, எழுத்தாளர், வெளிநாடு தொடர்புடைய தொழில்கள், ஏற்றுமதி, இறக்குமதி, அயல்நாட்டு பொருட்கள் விற்பனை, வெளிநாட்டு புத்தகம் விற்பனை, பத்திரிக்கை துறை, டீவி, ரேடியோ, மின்சார பொருட்கள், மின்னணு பொருட்கள், கம்ப்யூட்டர் பொருட்கள் வியாபாரம், சினிமா சார்ந்த தொழில்கள், நடிப்பு துறை, போட்டோ தொழில், கடிகாரம், மருந்து வியாபாரம், ஓவியம், சிற்பம், சங்கீதம் சார்ந்த தொழில்கள், கப்பல் வியாபாரம், சொந்தமாக கப்பல் வைத்திருத்தல், கடல் சார்ந்த துறைகள், இராணுவம், மெஷினரி, நீராவி பாய்லர், ரயில்வே, அரசு துறைகள், மருத்துவர், இரசாயனம், மருத்துவ துறைகள், கடற்படை, விமான பணிப்பெண், நர்ஸ், வழிகாட்டி, மீன்பிடிப்பு, நீர் குழாய்கள் அமைப்பு, விவசாயம், கவுன்சிலர், அரசியல், பேங்க் போன்ற துறைகளில் முன்னேற்றம் கிடைக்கும்.

ஆகாதவை – துரதிர்ஷ்டமானவை:

8, 17, 26 ஆகிய தேதிகளும், *9, 18, 27* ஆகிய தேதிகளும், சனி, செவ்வாய் கிழமைகளும், சனி, செவ்வாய் ஓரையும் விலக்கப்பட வேண்டியவை.

எண் – 8 சனி

8, 17, 26 ஆகிய தேதிகளில் பிறந்தவர்கள் இந்த எண்ணின் ஆதிக்கத்தில் வருகிறார்கள். ஆன்மீக சிந்தனையாளர்கள், இவர்கள் தாம் சார்ந்துள்ள மதத்தின் மீது தீவிர ஈடுபாடு கொண்டவர்களாக இருக்கிறார்கள். இவர்களை, மற்றவர்கள் பெரும்பாலும் தவறாக புரிந்து கொள்கிறார்கள். குற்றம் சாட்டுகிறார்கள். இக்காரணத்தால், இந்த எண்காரர்களுடைய மனதில் ஒரு இனம்புரியாத தனிமை உணர்வு ஏற்படுகிறது. எதிர்ப்புகள் ஏற்பட்டாலும் தனது எண்ணப் படியே காரியத்தை முடிப்பார்கள், பெரும் வெற்றி அல்லது பெரும் தோல்வி, இன்பமான நடுநிலை என்பது இவர்களது வாழ்க்கையில் இல்லை. இது விதியின் போக்கு எனவே தெரிகிறது. சந்தர்ப்பங்கள் இவர்களுக்கு கெட்ட பெயரை ஏற்படுத்துகின்றது. இவர்கள் தமது ஆயுட்காலத்தில் செய்த நன்மைகளை இவர்களது ஆயுள் முடிந்த பின்பே மற்றவர்கள் புகழ்ந்து பாராட்டுவது பல சந்தர்ப்பங்களில் ஏற்படுகிறது. இவர்களில் சிலர் நீதியின் வழியே நடக்கிறார்கள். சிலர் நீதிக்கு புறம்பாக நடக்கிறார்கள்.

அதிர்ஷ்டமான நிறங்கள்:

பச்சை நிறம், நீல நிறம், சாம்பல் நிறம், கறுப்பு நிறம், இதில் கறுப்பு நிறத்தை குறைவான பயன்படுத்துவது நல்லது. 5, 14, 23 ஆகிய தேதிகளும், புதன்கிழமை, புதன் ஓரை ஆகிய காலங்களில் புதிய காரியங்களில் தொடங்கி செய்துவர வேண்டும். அப்பொழுது தடைகள் குறைந்து முன்னேற்றம் ஏற்படும்.

அதிர்ஷ்ட கல்:

சனி யோகம் செய்யும் நிலையில் இருந்தால் மட்டுமே நீலக்கல் இல்லையேல் மரகதம், வைரம், வெள்ளை ஸர்க்கன் ஏதாவது ஒன்றை பெயர் மாற்றத்திற்கு பிறகு பெயருக்கு ஏற்ப அணிய வேண்டும்.

தொழில்:

மதகுருமார்கள், பஸ், லாரி, டிரான்ஸ்போர்ட்கள், சுரங்கத் துறை, கம்பளி, இரும்பு சாமான்கள் சார்ந்த தொழில்கள், பேப்ரிக்கேஷன், பழைய இரும்பு வியாபாரம், ஆயுதங்கள், சோப்புகள், எண்ணெய் மில்கள், எண்ணெய் விற்பனை, அச்சகம்,

நீதிபதிகள், நீதித்துறை, கம்பெனி நிர்வாக அதிகாரிகள், ஜெயில் துறை, பொருளாதார துறைகள், கால்வாய், குகைகள் அமைத்தல், மண்ணெண்ணெய், நீர் மூழ்கி கப்பல், ஜல்லி, மணல், சிமெண்ட் வியாபாரம், அரசியல், எஸ்டேட் சொந்தக்காரர், கடலை வியாபாரம், காய்கறி கிழங்கு மண்டிகள், தொழிற்சாலைகள், சாலை அமைத்தல், காவல்காரன், நிலக்கரி வியாபாரம், உலோகங்கள், பழம் பொருட்கள் வியாபாரம், தஸ்தாவேஜுகளின் பாதுகாப்பு, துப்பறியும் துறை, பூமி ஆய்வுத்துறை, மீன் பிடிப்பு, புனர்வாழ்வு துறை, ஆடுகள் வளர்ப்பு, துப்பாக்கி வியாபாரம், பழைய ஆயுதங்களின் வியாபாரம், மருந்து வியாபாரம், நிலத்தரகர், தோல் பொருள்கள், தோல் தொழிற்சாலை, கொம்புகள் வியாபாரம், கப்பல் தொழிலாளர் துறை, அயல்நாட்டு வர்த்தகம், சுரங்க இஞ்சினியர், சுரங்கத் துறை அலுவலர்கள் போன்ற துறைகளில் முன்னேற்றம் கிடைக்கும்.

ஆகாதவை – துரதிருஷ்டமானவைகள்:

8, 17, 26 தேதிகளும் சனிக்கிழமை, சனிஓரை, கறுப்பு, நிறம், பாக்கு கலர், அடர்ந்த சிகப்பு விலக்கப்பட வேண்டியவை.

எண் – 9 செவ்வாய்

9, 18, 27 ஆகிய தேதிகளில் பிறந்தவர்கள் இந்த எண்ணின் ஆதிக்கத்தில் வருகிறார்கள். போராட்ட குணம் மிக்க இவர்கள் சிறுவயதில் கஷ்டப்பட்டாலும், தனது மன வலிமையால், அயராத உழைப்பால் இறுதிகாலத்தில் வெற்றி அடைகிறார்கள். நிதானம் குறைவாக உள்ளவர்கள், அடங்கி இருக்க விருப்பம் இல்லாதவர்கள், பெரும்பாலானவர்களுக்கு காயத்தினால் ஏற்பட்ட தழும்புகள் உடம்பில் எதாவது ஒரு இடத்தில் இருக்கும். தங்களை எல்லோரும் உயர்வாக மதிக்க வேண்டும் என்று விரும்புபவர்கள். தங்களுடைய திட்டங்களில் பிறர் தலையிடுவதை விரும்புவதில்லை, சந்தர்ப்பங் களைச் சமாளிக்கும் திறமையும், நிர்வாகத் திறனும் மிக்கவர்கள், இவர்கள் நண்பர்களை ஆராய்ந்து தேர்ந்தெடுத்துக் கொள்ள வேண்டும். நண்பர்களுக்காக எந்த உதவியும் செய்யும் இவர்கள், யோசனையின்றிப் பொருளை செலவழிப்பவர்கள், இரு பிரிவினர்க்கு இடையே ஏற்படும் பிரச்சனைகளை விசாரித்து பஞ்சாயத்து செய்து வைக்கும் வல்லமை இவர்களுக்கே உண்டு.

அதிர்ஷ்ட வர்ணம்:

சிகப்பு, சிகப்பு நிறத்தின் எல்லா சாயைகளும், மஞ்சள், மஞ்சள் கலந்துள்ள மற்ற சாயைகளும் அதிர்ஷ்டம் தரும். செவ்வாய், வியாழன் கிழமைகளும், 3, 12, 21, 30, 9, 18, 27 ஆகிய தேதிகளும், செவ்வாய் ஓரை, குரு ஓரை போன்ற காலங்களும் நலம் தரும்.

அதிர்ஷ்ட கல்:

பவளம்

தொழில்கள்:

கட்டிடங்கள் கட்டுதல், இஞ்சினியரிங் சம்பந்தமான தொழில்கள், இரும்பு சம்பந்தமான தொழில்கள், ராணுவம், அரசியல் பதவிகள், காவல் துறை, தொழிற்சாலை, தொழிற்சாலை நிர்வாகம், மிருக வைத்தியர், ஆட்டோமொபைல்ஸ் சார்ந்த தொழில்கள், தையல், பவள வியாபாரம், அச்சகம், தட்டச்சு, மெக்கானிக்கல், மிலிட்டரி இஞ்சினியர், எஸ்டேட் சொந்தக்காரர், விவசாயி, டிராக்டர், பெரிய கனரக வாகனங்கள், மண்வெட்டி, உழவு கருவிகள், சாக்கடை குழாய்கள், சுரங்கம், எலும்பு சிகிச்சை நிபுணர், மருத்துவர், ஆய்வாளர், அக்கவுண்டண்ட், நிலச் சொந்தக்காரர், பழைய பொருட்கள் ரிப்பேர் செய்தல், மிஷின் சாமான்கள், பூமி ஆய்வாளர், பண்ணை தொழில்கள், உரத் தொழில்கள், அழகு நிலையங்கள், விளையாட்டு வீரர்கள், பாத்திர கடைக்காரர், சினிமா தியேட்டர், ஸ்டூடியோ, திருமண மண்டபங்கள், அறுவை சிகிச்சை நிபுணர், வெடி மருந்துகள், எவர் சில்வர் பாத்திரங்கள் போன்ற துறைகளில் முன்னேற்றம் கிடைக்கும்.

ஆகாதவை – துரதிர்ஷ்டமானவைகள்:

வெண்மையான நிறங்கள் 2, 11, 20, 29, 7, 16, 25 ஆகிய தேதிகள், திங்கட்கிழமை, சந்திர ஓரை ஆகியவை விலக்கப்பட வேண்டியவை.

எண்கணிதம் காட்டும் உண்மை

தோல்வியே வழக்கமாக கண்டிருக்கின்ற ஒருவருக்கு இந்த முறையால் வெற்றி உண்டாகும். ஏற்கெனவே வாழ்க்கை வெற்றிக்கரமாயுள்ள ஒருவருக்கு இன்னும் அதிகமான வெற்றி

ஏற்படும். வாழ்க்கையில் எல்லோருக்கும் புதிய சந்தோஷம் கிடைக்கும். வாழ்க்கையில் உயர்தரமான நோக்கங்களைச் செய்து முடிப்பார்கள். எண் கணித சாஸ்த்திரத்தில் கிரேக்கர் மிகவும் புலமை பெற்று இருந்திருக்கிறார்கள். அவர்கள் எண்கணித சாஸ்த்திரத்தின் முன்னோடி என்று கூறுவது பொருத்தமாய் இருக்கும். பிரபஞ்சத்திலிருந்து மின்காந்த அலைகள் பூமிக்கு வருவதாகவும் அவை பூமியில் பிறக்கும் உயிரினங்களின் மேல், பல்வேறு வகையான தாக்கங்களை ஏற்படுத்துகிறது என்றும் கிரேக்கர்கள் கண்டறிந்தனர்.

மின்காந்த அலைகளை வேறுபடுத்தி அதற்கு தனித்தனியாக குறியீடுகள் கொடுத்தார்கள். அவைகளை ஒன்பது கிரகங்களின் மின் காந்த அலைகள் என்றும், அவற்றுக்கும் 1லிருந்து 9 வரை உள்ள எண்ணுக்கும் பொருத்தம் உள்ளதாக குறிப்பிட்டார்கள்.

அவர்களின் கண்டுபிடிப்பின் தொடர்ச்சியாக,

7 நாட்கள் கொண்டது வாரம் என்றும்,

28, 30, 31 நாட்களை கொண்டது மாதம் என்றும்,

12 மாதங்கள் கொண்டது வருடம் என்றும்,

365 1/4 நாட்கள் கொண்டது வருடம் என்றும்,

52 வாரங்கள் 1 வருடத்தில் வருவதாகவும் குறிக்கப்படுகிறது.

பெயரை மாற்றினால் நல்ல பலன் எப்படி கிடைக்கும்?

பிரபஞ்சம், நமது பூமி, பூமியில் வாழும் உயிரினங்கள் எல்லாம் பஞ்ச பூதங்களின் கூட்டு சேர்க்கையே ஆகும்.

பஞ்ச பூதங்கள் என்பது என்னவென்று பார்க்கும்போது,

"பூநிலாய வைந்துமாய் புனற்கனின்ற நான்குமாய்த்
தீநிலாய மூன்றுமாய்ச் சிறந்த காலிரண்டுமாய்
மீநிலாய தொன்றுமாகி வேறுவேறு தன்மையாய்
நீநிலாய வண்ணம் நின்னை யார் நினைக்க வல்லரே

என்னும் திருமழிசை ஆழ்வார் கூற்றின்படி பிரபஞ்சத்தில் நாம் வெளிப்படையாக உணரும் நிலம், நீர், தீ, காற்று, ஆகாயம்

என்னும் இயற்கையின் குணங்களில், பூமிக்கு ஐந்து குணங்கள், நீருக்கு நான்கு, தீயிற்கு மூன்று, காற்றுக்கு இரண்டு, ஆகாயத்திற்கு ஒன்று. இவையெல்லாம் நீயாக இருப்பதை யாரால் பார்க்க முடியும் என்று வியப்படைந்து பாடுகிறார்.

1. பூமிக்கு சப்தம், ஸ்பர்சம், ரூபம், ரஸம், கந்தம், அதாவது சப்தம், தொடுகை, உருவம், சாரம், மணம் என்று ஐந்து குணங்களும் உள்ளது.

2. நீருக்கு சப்தம், தொடுகை, உருவம், சாரம் என நான்கு குணங்கள் உண்டு. அதற்கு மணம் கிடையாது.

3. நெருப்புக்கு சப்தம், தொடுகை, உருவம் என்று மூன்று குணங்கள் உண்டு. அதற்கு சாரம், மணம் இரண்டும் இல்லை.

4. காற்றுக்கு சப்தம், தொடுகை இரண்டும் உண்டு. உருவம், சாரம், மணம் இல்லை.

5. ஆகாயத்திற்கு சப்தம் மட்டுமே உண்டு. மற்ற நான்கும் இல்லை.

மேற்கண்ட கருத்தின்படி பஞ்ச பூதம் ஐந்திலும் சப்தம் பொதுவானதாய் இருப்பதால், அந்த சப்தத்தை மாற்றுவதின் மூலம் பஞ்ச பூத இயக்கங்களை மாற்றலாம். நாதத்திலிருந்து பிரபஞ்சம் உற்பத்தியானது என்பது இந்த மத கோட்பாடாகும். இதையே ஆதியில் வார்த்தைகள் உண்டாயின என்று பைபிளில் கூறப்பட்டிருக்கிறது. நமது உடல் பஞ்சபூத சேர்க்கையால் ஆனது. மனிதர் ஒவ்வொருவர்க்கும் பெயர் உள்ளது. அந்த பெயரைச் சொல்லுவதால் சப்தம் உண்டாகிறது. அந்த சப்தத்தினால் உடலில் மின்காந்த அதிர்வுகள் ஏற்படுகிறது. பல்வேறு வகையான உணர்ச்சிகள் ஏற்படுகிறது. கிரகங்களும், கிரகங்களில் இருந்துவரும் மின்காந்த அலைகளும் பஞ்சபூத கோட்பாட்டுக்கு உள்ளடங்கியவையே. ஒருவருடைய பெயரில் ஏற்படும் சப்தம், பிறந்த தேதிக்கு எதிரிடையான அதிர்வை ஏற்படுத்தினால், அந்த மனிதர் சோர்வு, மனக்கலக்கம், தெளிவற்ற சிந்தனை போன்ற துன்பங்களுக்கு ஆளாகிறார். ஒருவருடைய பிறந்த தேதிக்கு ஒத்த இசைவு மற்றும் அதிர்ஷ்டம் தரும் வகையில் பெயரை மாற்றி அமைக்க வேண்டும். புதிய பெயரில் ஏற்படும் சப்தம் அவருடைய மனதில் சந்தோஷம், தீர்க்க சிந்தனை, சுறுசுறுப்பு ஆகியவற்றை உண்டாக்குகிறது.

சப்தத்தால் ஏற்படும் உணர்ச்சிகள்

பாம்பு என்ற சொல்லைக்கேட்டதும் மனதில் பயம் உண்டாகிறது. உடுக்கை, உருமிமேளம் போன்ற வாத்தியங்கள் வாசிக்கப்படும்போது கால்கள் தன்னை அறியாமல் தாளம் போடும். முரசு ஒலிக்கப்படும்போது வீர உணர்ச்சி ஏற்படுகிறது. இரவு நேரங்களில் ஆந்தை, கோட்டான், இனம் புரியாத சில்லுவண்டுகளின் சப்தம் போன்றவை நம் மனதில் திகில் உணர்வை தோற்றுவிக்கின்றது. கர்நாடக இசை, மெல்லிசை, பக்தி பாடல்கள், சினிமா பாடல்கள் போன்றவை மனதிற்கு மகிழ்ச்சியை கொடுக்கிறது. ஒரு இசை உண்டாக்கும்போதும், ஒரு மொழி உச்சரிக்கப்படும்போதும் சப்தம் ஏற்படுகிறது. அந்த சப்தத்தின் தன்மைக்கு ஏற்ப உணர்ச்சிகளை உயிரினங்கள் மீது ஏற்படுத்துகிறது. ஒரு தாய் தாலாட்டுபாடி கொஞ்சும்போதோ, இனிமையான மெல்லிசை ஒலிக்கும்போது எரிச்சல் ஏற்பட்டது என்றும், யுத்த முரசு அல்லது அபாய சங்கு ஒலிக்கும்போது தூக்கம் வந்தது என்றும், சுயநினைவு உள்ள எந்த மனிதரும் கூறமுடியாது. இதுவே சப்தங்களின் மகிமை.

வாஸ்து சாஸ்த்திரத்தின் பயன்கள்

வாஸ்து சாஸ்த்திரம் இல்லறத்தில் இருப்போர்க்கு அவர்களின் செழிப்பிற்காக சொல்லப்பட்டிருக்கிறது. மயன் என்பவரால் பூலோகத்திற்கு சொல்லப்பட்டதாக கூறப்படுகிறது. இல்லறத்தில் இருப்பவர்க்கு செல்வம், மனைவி, குழந்தை, வீடு இந்த நான்கும் இன்றியமையாதவை. நான்கும் உள்ள மனிதன் நிறை மனிதன். அவர் திருப்தி அடைகிறார். முதலாவது கூறப்பட்ட மனைவியை நமது எண்ணம்போல் திருத்தி அமைக்கவோ, நமது செயல்பாட்டிற்காக 100% ஒத்துழைப்பையோ கொண்டு வர இயலாது. சில நேரம் அவர்களது செயல்பாட்டிற்கு, ஆணைக்கு துணைபோக வேண்டிவரும். மூன்றாவது கூறப்பட்ட குழந்தைகளை சற்று வயதில் முதிர்ந்தால், நமது சொற்படி கேட்க வைப்பது கஷ்டம். நல்ல மக்களாக உருவாக்குவது சிரமம். ஆனால் நான்காவது கூறப்பட்ட மனையாகிய வீடு, அதை நமது எண்ணம்போல் சீர்படுத்தலாம். அதாவது சாஸ்த்திரப்படி அமைப்பதின் மூலம் நிலையான செல்வம்,

வருமானம், நற்புகழ் அடையலாம். மனைவியின் உள்ளத்தில் நல்ல பண்புகளை வளர்க்கலாம், குழந்தைகளின் கல்வி, ஒழுக்கம் ஆகியவற்றை மேம்படுத்தலாம். சாஸ்த்திரப்படி கட்டப்பட்ட வீட்டில் பிறக்கும் அடுத்த தலைமுறையினர் நல்ல முன்னேற்றம் அடைவார்கள். சாஸ்த்திரப்படி கட்டப்பட்ட வீட்டில் மேதைகளும், வல்லுநர்களும், செல்வந்தர்களும் பிறப்பார்கள் என சாஸ்த்திரங்கள் உறுதியாக கூறுகின்றன. 25 ஆண்டுகளாக எனது ஆய்வுகளில் அக்கருத்து உண்மையென உறுதி செய்யப்படுகிறது. வாஸ்து தோஷங்கள் நீங்க புண்ணிய நதிகளில் நீராடினாலும், புண்ணிய ஸ்தலங்களில் அபிஷேக ஆராதனைகள் செய்து தரிசனம் செய்தாலும் தோஷம் நீங்காது. வாஸ்து தோஷமுள்ள ஆலயம் வீடுகளை, அழித்து ஒழித்தால் மட்டுமே தோஷம் நீங்கும் என சாஸ்திரம் உறுதி கூறுகிறது.

1. காலி மனையின் இலட்சணம்

வீடு கட்டுவதற்கான காலி மனைகள் வாங்கும்போது வாஸ்துபடி பார்த்து வாங்குவது நல்ல சிறப்பு தரும். நல்ல மனைகள் நமக்கு உயர்வையும், சந்தோஷத்தையும் கொடுக்கும். மனைகள் சதுரம், செவ்வகம் போன்று இருப்பது உத்தமம். நீளமாக உள்ள மனைகள் மிதமான அதிர்ஷ்டம் தரும்.

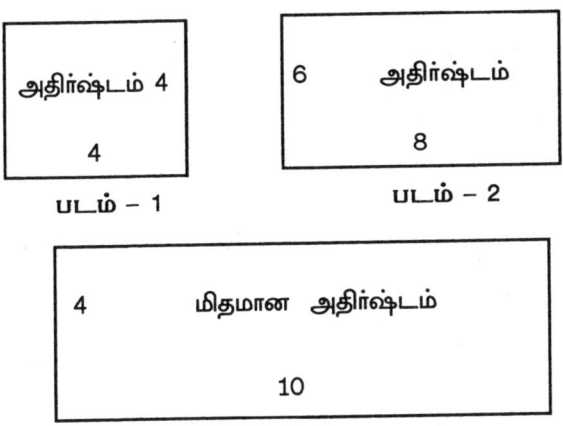

படம் – 1

படம் – 2

படம் – 3

மனைக்கு கிழக்கு, வடக்கு திசைகளில் கிணறு, குளம், வாய்க்கால், ஆறு, சரிவுகள் இருக்க நல்லது.

மனைக்கு மேற்கு, தெற்கில் மேடுகள், மலைகள், உயர்ந்த கட்டிடங்கள் இருக்க நல்லது.

மனைக்கு கிழக்கு, வடக்கு திசைகளில் மேடுகள், மலைகள், உயர்ந்த கட்டிடங்கள் இருக்கும் மனை உரிமையாளர்க்கு தீமை.

மனைக்கு மேற்கு, தெற்கில் கிணறு, குளம், மூடிய பள்ளங்கள், வாய்க்கால், ஆறு இருக்கும் மனை உரிமையாளர்க்கு தீமை.

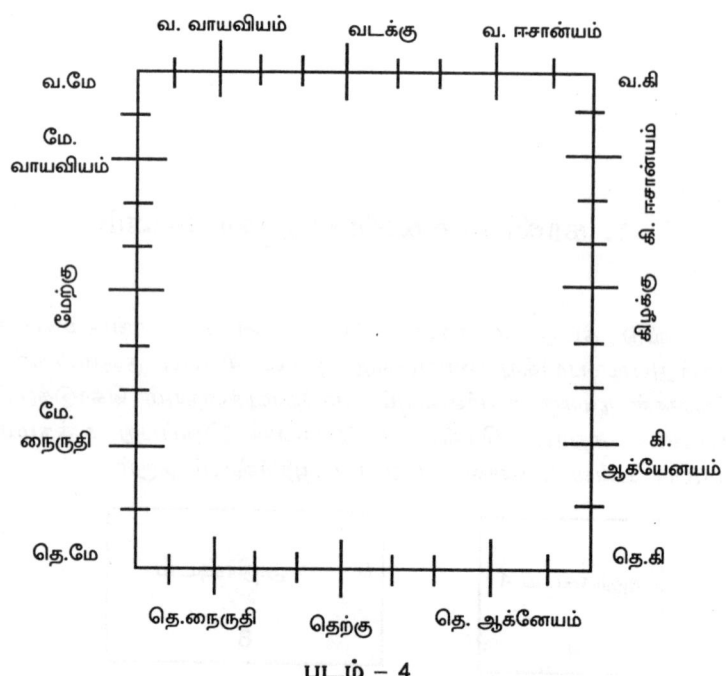

படம் – 4

வடகிழக்கு மூலையில் கிழக்கு திசையின் பக்கம் உள்ள பகுதி கிழக்கு ஈசான்யம் எனப்படும். அதே மூலையில் வடக்கு திசையின் பக்கம் உள்ள பகுதி வடக்கு ஈசான்யம் ஆகும். மற்ற மூன்று மூலையிலும் இப்படியே குறிப்பிடப்படும். மனையானது ஈசானியம் என்று சொல்லப்படுகிற வடகிழக்கு மூலையைத்தவிர மற்ற மூன்று மூலைகளும் நீண்டு இருக்கக்கூடாது. அப்படி நீண்டிருந்தால் அது எஜமானரை பல்வேறு வகைகளிலும் துன்பப்படுத்தும்.

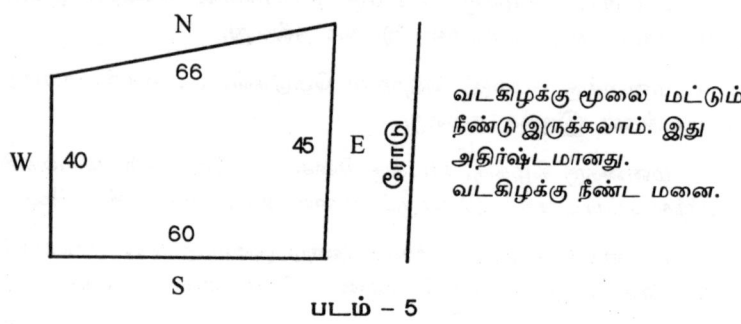

படம் – 5

வடகிழக்கு மூலை மட்டும் நீண்டு இருக்கலாம். இது அதிர்ஷ்டமானது. வடகிழக்கு நீண்ட மனை.

2. தெரு தாக்கம்

ஒரு வீதி எப்பக்கத்தில் இருந்தாவது வந்து மனையுடன் முட்டி நிற்குமாயின் அது தெரு தாக்கம் (அ) தெரு குத்து எனப்படும். இவற்றில் நன்மையான தெருதாக்கம் உண்டு, நஷ்டத்தையும், துக்கத்தையும் ஏற்படுத்தும் தெருதாக்கமும் உண்டு. இவற்றை நேரில் ஆராய்ந்து சரி செய்ய முடியும்.

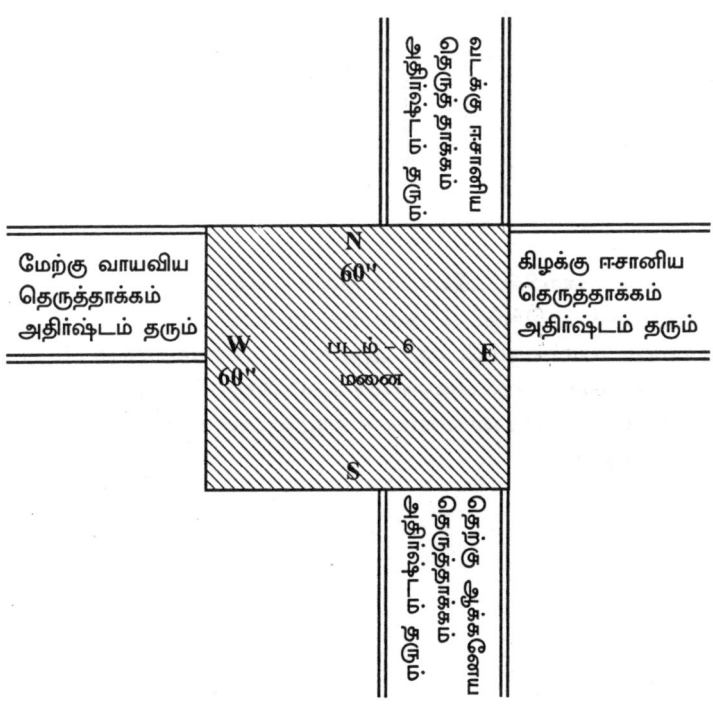

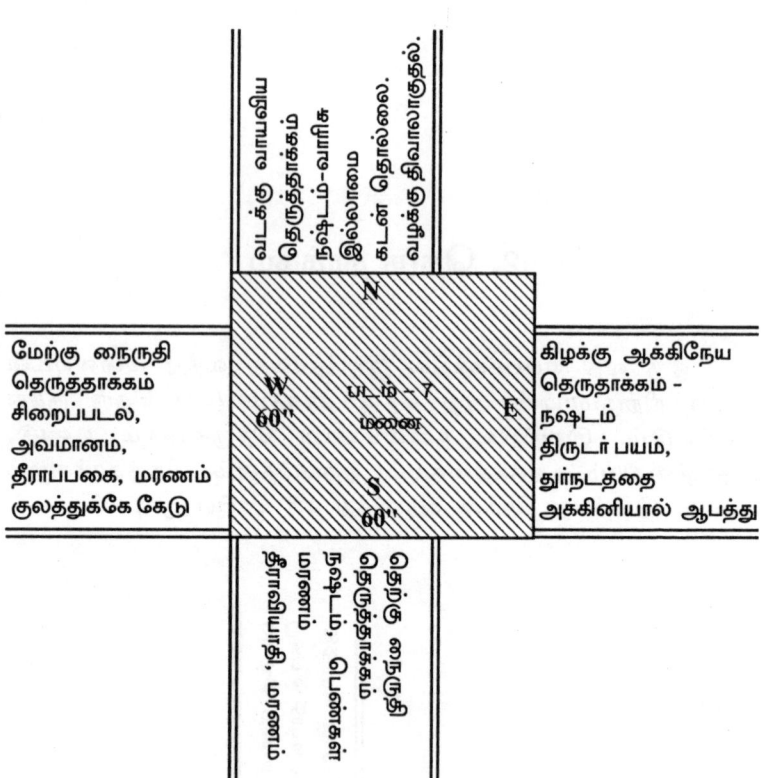

வீடு, கோயில், வியாபார நிலையங்கள், தொழிற்சாலைகள் போன்றவை அதிர்ஷ்டம் தருமா? துன்பம் தருமா? என்பதை ஆராய்ந்து பார்க்கும்போது அதிர்ஷ்ட அமைப்புக்கு 10 வித இலட்சணங்கள் உண்டு. அவற்றில் 6-க்கும் மேற்பட்டு இலட்சணங்கள் வாஸ்துப்படி இருந்தால் வளமான வாழ்வு அமையும். இல்லையேல் துன்பம் மிகும்.

பத்து வாஸ்து இலட்சணங்கள்

1. காலி மனையின் அமைப்பு, சதுரம், செவ்வகம், நீள் சதுரம் போன்றவை.
2. காலிமனையை சுற்றி உள்ள சுற்றுப்புற தாக்கம், கிணறு, மலை, மேடுகள், சரிவுகள், கட்டிடங்கள், கோவில்கள், வாய்க்கால், ஆறு, தெருகுத்து போன்றவை.
3. மனைக்கு உள்ளே வீடு அமைந்த ஸ்தலம்.

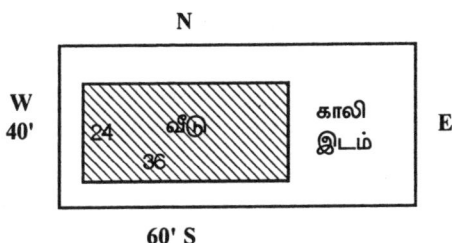

படம் – 8

4. மனையை சுற்றிவிடப்பட்ட காலி நிலப்பரப்பு.

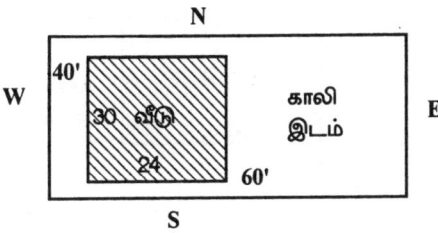

படம் – 9

5. காம்ப்பவுண்ட் மற்றும் வீடு இவற்றிற்கு இடைப்பட்ட நிலத்தில் உள்ள பள்ளம், மேடுகள், நிலத்தடி தொட்டிகள் போன்றவை.

6. வீட்டின் உள்புறம் அமைந்த அறைகளின் அமைப்பு, படுக்கை அறை, சமையல் அறை, பூஜை அறை, குளியல் அறை, கழிவறை, ஹால், வரவேற்பு அறை போன்றவை அமைந்துள்ள ஸ்தலங்கள்.

7. வீட்டின் நுழைவுவாயில், கதவுகள், ஜன்னல்கள் இவற்றின் அமைப்பு.

8. வீட்டின் கூரை மற்றும் மேல்தளத்தின் அமைப்பு.

9. வீட்டின் தரைத் தளத்தின் அமைப்பு

10. வீட்டின் கழிவு நீர் வெளியேறும் அமைப்பு.

வீட்டிற்கு காம்ப்பவுண்ட் கண்டிப்பாக வேண்டும். காம்ப்பவுண்ட் கட்டி, உள்ளே கட்டப்பட்ட வீட்டிற்கு சுற்றுப்புறதாக்கம், அண்டை வீட்டு தோஷம் ஏற்படாது. வீட்டிற்கு கிழக்குபுறம், வடக்கு புறமும் அதிக அளவு காலி இடம் விட வேண்டும். மேற்கிலும், தெற்கிலும் குறைவாக இருக்க வேண்டும். காம்ப்பவுண்ட், வீடு இரண்டும் எந்த இடத்திலும், எந்த காலத்திலும் தொடக் கூடாது. அதாவது வீட்டைச் சுற்றிவர இடம் இருக்க வேண்டும். படம் - 8, படம் - 9-ல் உள்ளவாறு காலி இடம் விட வேண்டும். அப்பொழுது மிகவும் அதிர்ஷ்டமாய் வீடு விளங்கும்.

படம் 10-ல் கட்டியுள்ள வீடு மனையின் வடமேற்கு பகுதியில் ஒதுங்கியுள்ளது. வீட்டிற்கு கிழக்கிலும், தெற்கிலும் அதிக காலி இடம் உள்ளது. இப்படி கட்டப்பட்ட வீடுகள் எஜமானரை திவாலாக்கும். அந்த வீடு எஜமானரை விட்டு வெளிநபர்க்கு போய்விடும்.

படம் – 10

படம் 11-ல் காட்டியபடி வீடு மனையின் ஈசானியம் எனப்படும் வடகிழக்கு மூலையில் ஒதுங்கியுள்ளது. வீட்டிற்கு தெற்கிலும், மேற்கிலும் அதிக காலி இடம் உள்ளது. இந்த

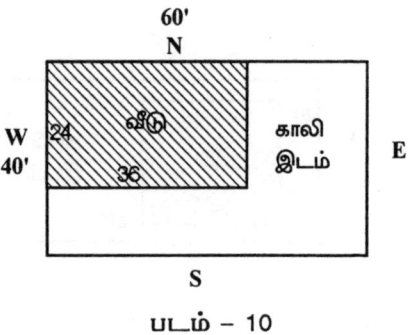

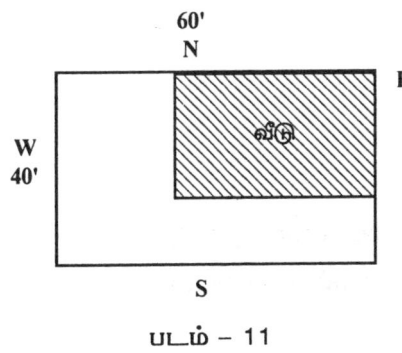

படம் – 11

வீடும் எஜமானரை கஷ்டப் படுத்தி வாரிசு இல்லாமல் பண்ணும். அவருடைய கையை விட்டு போய்விடும் முன்னேற்றம் கிடையாது.

படம் - 12-ல் காட்டியபடி கட்டப்பட்ட வீடு, மனையின் தென் மேற்கு மூலையில் ஒதுங்கி யுள்ளது. வீட்டிற்கு கிழக்கிலும், வடக்கிலும் அதிக காலி இடம் உள்ளது. இந்த வீடு அதிர்ஷ்டமானது. இந்த மாதிரி கட்டப்பட்ட வீடுகளில் வசிப்பவர்கள், நல்ல புகழ், நிறைய செல்வம் ஆகிய வற்றை அடைவார்கள். இம்மாதிரி வீடுகள் தெற்கு, மேற்கு காம்பவுண்ட் சுவரில் முட்டாமல், சுற்றிவர சிறிய அளவு இடம் விட்டு கட்ட வேண்டும். அந்த வீடுகள் 3 தலைமுறைக்கு செல்வாக்கை தரும்.

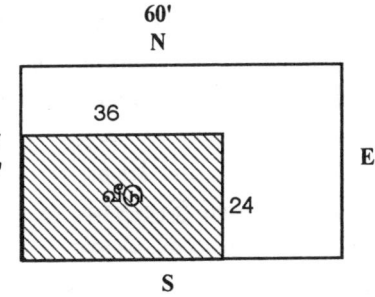

படம் – 12

படம் 13-ல் காட்டியபடி கட்டப்பட்ட வீடு, மனையின் தென்கிழக்கு மூலையில் ஒதுங்கியுள்ளது. வீட்டிற்கு வடக்கிலும், மேற்கிலும் அதிக காலி இடம் உள்ளது. இம்மாதிரி வீடுகள் எஜமானரை அதிக டென்ஷன் படுத்தி, சித்தபிரமை என்ற நிலைக்கு கொண்டு போகின்றது. இம்மாதிரி வீடுகளில் வசிக்கும் குடும்ப உறுப்பினர்க்கு இடையே பகைமையை ஏற்படுத்தும்.

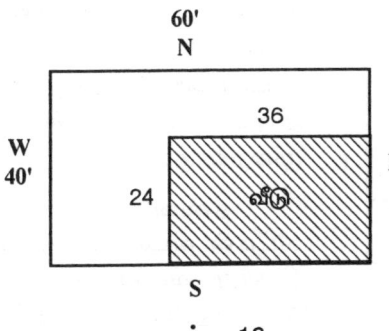

படம் – 13

5. காம்பவுண்ட் உள்ளே நிலத்தடி தொட்டிகள், மேல்நிலை தொட்டிகள்

செப்டிக் டேங்க் வீட்டின் வடக்கு திசை, கிழக்கு திசையின் மத்திய பகுதியில் மட்டுமே அமைக்கப்பட வேண்டும். சிலர் வடமேற்கு மூலையில் அமைக்கிறார்கள். அது தவறானது. வடமேற்கு திசையில் பள்ளம் இருந்தால், வழக்குகள் ஏற்படும். பெண்

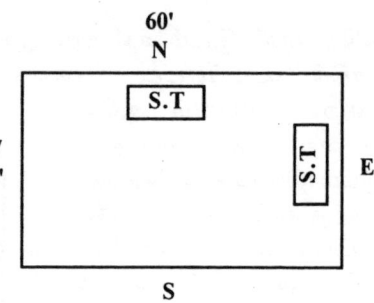

படம் – 14

குழந்தைகளின் திருமணத்தில் தோஷத்தை உண்டுபண்ணும். நண்பர்களிடையே பிரிவினை ஏற்படும். தென்கிழக்கு மூலையில் செப்டிக் டேங்க் அமைத்தால் உஷ்ண சம்பந்தமான வியாதிகளையும், திருட்டுபயத்தையும், இரண்டாவது குழந்தையின் மீது தோஷத்தையும், ஆண்களின் தகாத நடத்தையும் ஏற்படுத்தும். படம் - 14-ல் காட்டியபடி செப்டிக் டேங்க் அமைப்பதே சிறந்த முறையாகும்.

தண்ணீர் தொட்டி வீட்டின் வடக்கு பகுதியில் இருந்து, வடகிழக்கு பகுதி வரையிலும், கிழக்கு

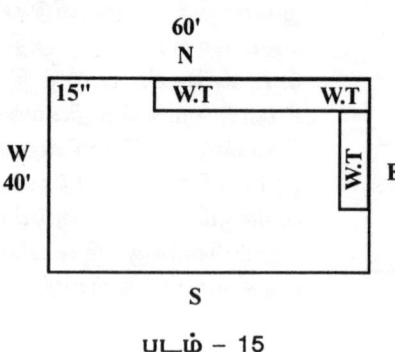

படம் – 15

பகுதியிலிருந்து வடகிழக்கு பகுதி வரையிலும் அமைக்க வேண்டும். வடகிழக்கு மூலையில் அமைப்பது மிகவும் சிறப்பானது. படம் 15-ல் காட்டியுள்ளபடி அந்த இடங்களில் கீழ்நிலைத் தொட்டி (நிலத்தடியில்) அமைக்க வேண்டும். நிலமட்டத்திற்கு மேல் தொட்டி அமைக்கும்போது ஈசானியம் எனப்படும் வடகிழக்கு மூலையை தவிர்த்து மற்ற மூன்று மூலைகளிலும் அமைக்கலாம்.

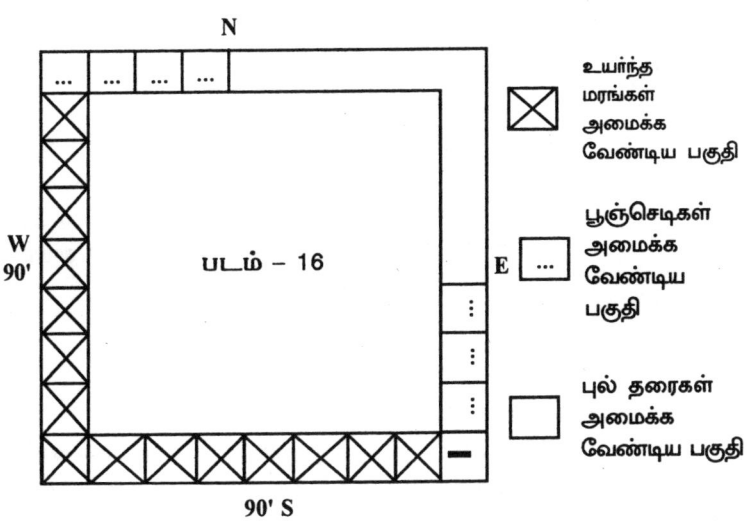

படம் – 16

பசுமை மரங்கள் மனிதர்க்கு நல்ல பிராணவாயுவை தருகின்றன. அண்டை வீட்டாருக்கு தொந்தரவு தராத வகையில் மரங்கள் வீட்டின் தெற்கு, மேற்கு பகுதியில் மட்டுமே வளர்க்க வேண்டும். தென்மேற்கு மூலையிலிருந்து தென்கிழக்கு மூலை வரையில் 90 சதவீத பகுதியிலும், தென்மேற்கு மூலையிலிருந்து வடமேற்கு மூலைவரையில் உள்ள பகுதியில் 90 சதவீத பகுதியிலும் மரங்கள் வளர்ப்பதே மிக சிறந்த அமைப்பு ஆகும். பூஞ்செடிகள் கண்ணுக்கு குளிர்ச்சியையும் பூஜைக்குரிய மலர்களையும் கொடுப்பவை வடமேற்கு மூலையிலிருந்து, வடகிழக்கு மூலைவரை உள்ள பகுதியில் 50 சதவீத பகுதியிலும், தென்கிழக்கு மூலையிலிருந்து, வடகிழக்கு மூலைவரை உள்ள பகுதியில் 50 சதவீத பகுதியிலும் பூஞ்செடிகள் வளர்ப்பது மிக சிறந்த அமைப்பாகும். வடக்கு பகுதியிலிருந்து வடகிழக்கு வரையிலும், கிழக்கு

பகுதியிலிருந்து வடகிழக்கு பகுதி வரையிலும் புல்தரைகள் மட்டுமே அமைக்க வேண்டும். மண் தரையாகவோ, சிமெண்ட் பூசிய தரையாகவோ அமைக்கலாம். இந்த பகுதியில் உயர்ந்த மரங்கள் வளர்த்தக்கூடாது. வளர்த்தால், சூரியஒளி வீட்டிற்குள் வருவது தடைபடும். இது ஆரோக்கிய கேடு விளைவிக்கும். படம் 16-ல் காட்டியபடி மரம், செடி, புல்தரை அமைப்பது சிறப்பை தரும்.

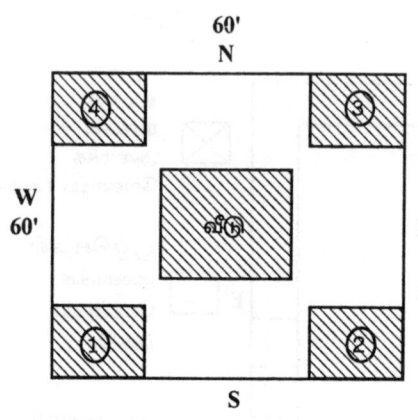

1. தென்மேற்கு மூலை மூடுதல்
2. தென்கிழக்கு மூலை மூடுதல்
3. வடகிழக்கு மூலை மூடுதல்
4. வடமேற்கு மூலை மூடுதல்

படம் – 17

வீடு, காம்பவுண்ட் இந்த இரண்டும் ஒன்றையொன்று முட்டாமல் அமைக்க வேண்டுமென முன்பே பார்த்தோம். தேவைக்காக பழைய சாமான் போட்டுவைக்க, வண்டி, கார் நிறுத்த, கழிவறை ஏற்படுத்த என்ற முறையில் காம்ப்பவுண்ட் சுவர் மேலே உயர்த்தி கட்டிடம் கட்டுவது உண்டு. படம் 17-ல் காட்டியபடி தெற்கு மூலையில் கட்டிடம் கட்டினால், அது தென்மேற்கு மூலை அடைத்தல், மூடுதல் எனப்படும். இது நல்ல அமைப்பு மற்ற மூன்று மூலையையும் மூடி ஏதாவது ஒரு கட்டிடம் கட்டினாலும், அது தவறானதாகும். வடமேற்கு, தென்கிழக்கு மூலைகள் இரண்டையும் அடைத்து கட்டிடம் கட்டப்பட்டு இருக்குமாயின் அந்த அமைப்பானது அந்த வீட்டின் எஜமானரை நஷ்டப்படுத்தி, அந்த வீட்டையே விற்பனை செய்யும்படி செய்யும். வடமேற்கு மட்டும் அடைந்திருந்தால் இதே அமைப்பை தரும் தென்கிழக்கு மூலை மட்டுமே அடைந்திருந்தால் தீராத வியாதியையும், மனகுழப்பத்தையும் ஏற்படுத்தும். வடகிழக்கு மூலை அடைந்திருந்தால் ஊனமான குழந்தைகள் பிறக்கும், வாரிசு இல்லாமல் போகும், செல்வம் அழியும்.

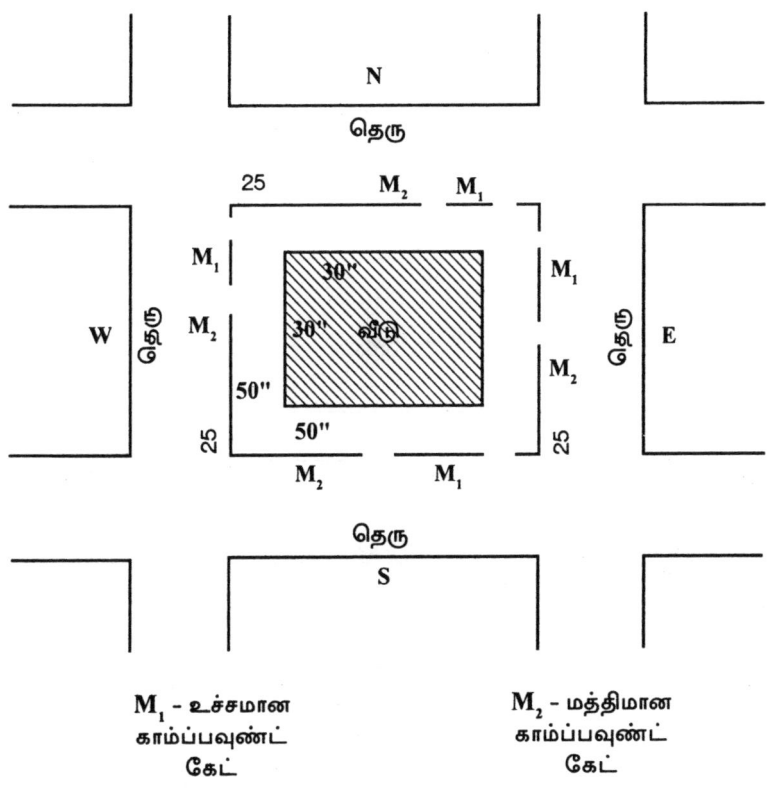

M_1 - உச்சமான காம்ப்பவுண்ட் கேட்

M_2 - மத்திமான காம்ப்பவுண்ட் கேட்

படம் – 18

காம்ப்பவுண்ட்டிலிருந்து தெருவுக்கு செல்லும் வழி சரியான பகுதியில் அமைக்கவேண்டும். படம் 18-ல் என்ற M_1 கேட் நான்கு திசைகளிலும் காட்டப்பட்டுள்ளது. இது மத்தியமான பலன்களை கொடுக்கக்கூடியது. இது இரண்டாம் தரமானது. படம் 19-ல் M_3 என்ற கேட் நான்கு திசைகளிலும் காட்டப்பட்டுள்ளது. இது நீசமான கேட் ஆகும். இது மாதிரி நீச அமைப்புள்ள கேட்களின் வழியாக வெளியே செல்லும்போது வெற்றி மிக குறைவாகவே கிடைக்கும். இது மாதிரி நீச அமைப்பை நல்ல அமைப்புக்கு மாற்றி அமைக்க வேண்டும். தெருக்கள் திசைகாட்டிக்கு 90 டிகிரி

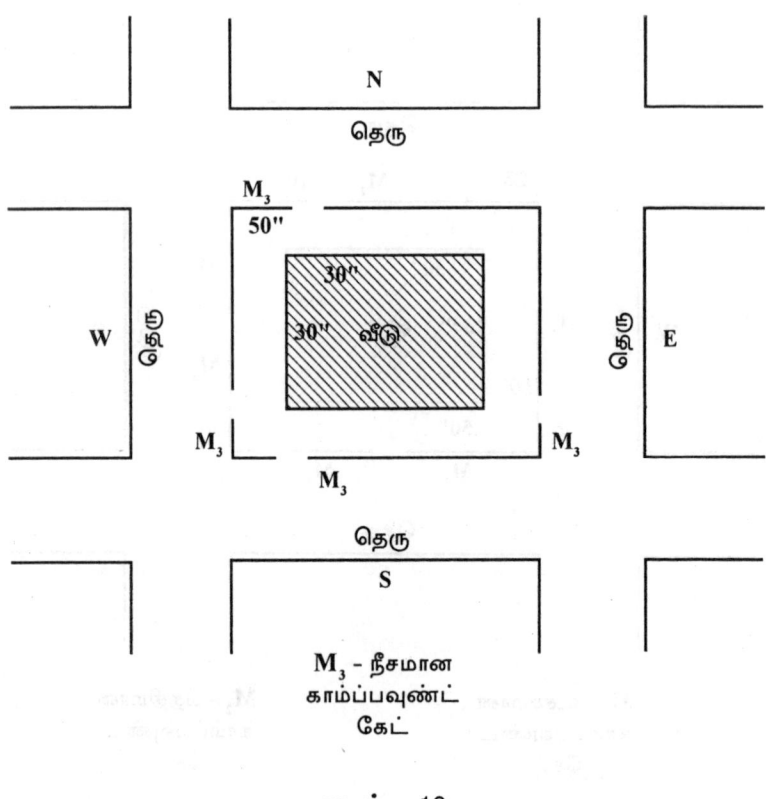

M3 - நீசமான காம்ப்பவுண்ட் கேட்

படம் – 19

இருக்குமாயின் காம்பவுண்ட் ஒழுங்குக்கு கேட் அமைந்தால் நன்மை தரும். அமைக்கவும் முடியும். சில இடங்களில் தெருக்கள் கிராஸ் ஆக அமைந்திருக்கும். அப்போது மனையும் கிராஸ் ஆக அமையும். உள்புறம் வீட்டை திசைகாட்டிக்கு ஒழுங்கு வருமாறு அமைத்துக் கொள்ளலாம். காம்பவுண்ட் கேட்டை மனை அளவிற்கே கட்டும்போது காம்பவுண்டில் அமைத்த கேட் மோசமான திக்கை நோக்கி அமையும். அப்பொழுது அதை நாம் திசைகாட்டிக்கு சரிவருமாறு அமைக்க வேண்டும். இந்த மாற்றத்தை வாஸ்து நிபுணர் ஒருவர் ஆலோசனைப்படி செய்வதே சிறப்பை தரும். படம் 20-ல் சரி செய்யும் விதம் காட்டப்பட்டுள்ளது.

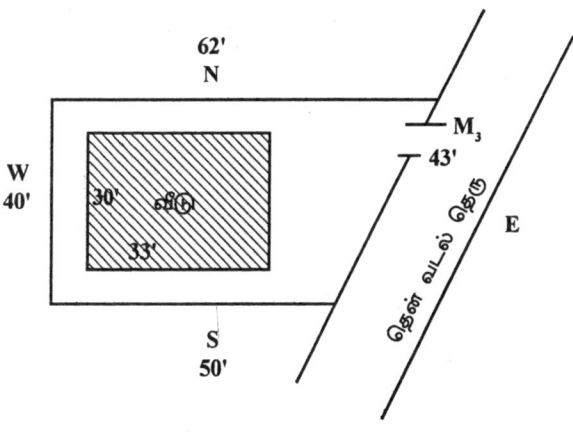

படம் – 20

படம் 20-ல் காட்டப்பட்ட மனையில் வட கிழக்கு நீண்டு உள்ளது. இது நல்ல அமைப்பு ஆகும். வீடு திசைகாட்டிக்கு சரிவருமாறு சரியான கிழக்கு திசை வைத்து கட்டப்பட்டுள்ளது. காம்பவுண்ட் கிழக்குபுறம் ஆக்கினேயம் என்று சொல்லப்படும் அக்னி மூலையை பார்த்தவாறு அமையும். அப்பொழுது காம்பவுண்டில் உள்ள கேட்டும் அக்னி மூலையை பார்க்கும் இது தோஷத்தை ஏற்படுத்தும். எனவே காம்பவுண்டில் உள்ள கேட்டை சரியான கிழக்கு திசை பார்க்கும்படி அமைத்தால் நல்ல பலன் கிடைக்கும். படம் 20-ல் காட்டியபடி அமைத்தல் நல்ல பலன் கிடைக்கும். படம் 20-ல் காட்டியபடி அமைத்தல் சிறப்பு. இம்முறையை மற்ற மூன்று திசைகளிலும் கடைபிடிக்க வேண்டும்.

வீட்டில் மிகுதியான கற்கள், மண், குப்பைகள் போன்றவற்றை வடகிழக்கில், வடக்கில், கிழக்கில் போடாமல், தென்மேற்கு பகுதியில் போட வேண்டும். மேற்கு, தெற்கு பகுதியிலும் போடலாம்.

மாடிப்படிக்கட்டுகள் வடகிழக்கு பகுதியில் வராமல் மற்ற பகுதிகளில் வருமாறு அமைக்க வேண்டும். படிக்கட்டு எந்த திசையிலும் மேல் நோக்கி செல்லலாம். படிக்கட்டில் சரிவு, மேலிருந்து பந்தை உருட்டிவிடும்போது பந்தானது தரையில் விழுந்து, கிழக்கு, வடக்கு திசையில் ஓடுமாறு அமைக்க வேண்டும். மேல்தளத்தின் உச்சி பகுதியில் அல்லது மத்திய பகுதியில் முதல் அடி வருமாறு படிக்கட்டை அமைக்க வேண்டும். உச்சம், மத்திமம், நீசம் பகுதியை படம் 18, படம் 19-ல் பார்க்கவும்.

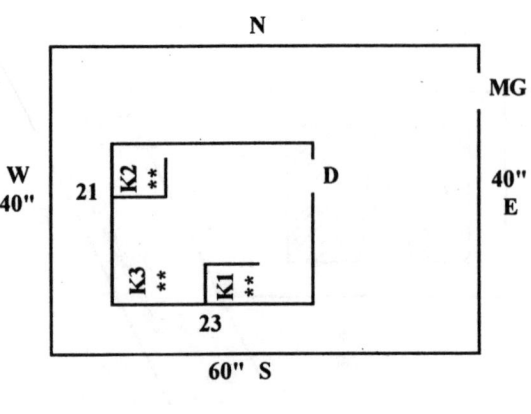

படம் – 21

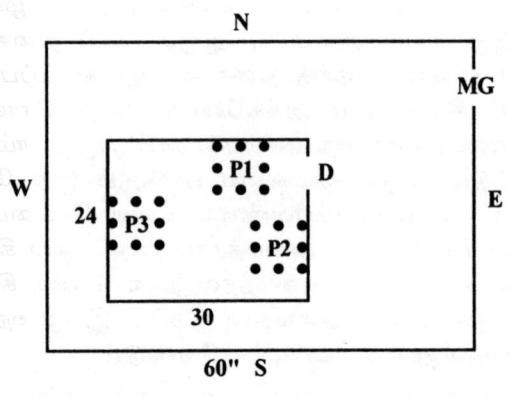

படம் – 22

132 ஜோதிட ரகசிய சூத்திரங்கள்

6. சமையல் அறை

சமையல் அறை வீட்டின் தென்கிழக்கு அறையில் அமைப்பது முதல்தரமானது. வடமேற்கு அறையின் அக்னி மூலையில் அமைப்பது இரண்டாம் தரமானது. தெற்கு அறையின் அக்னி மூலையில் அமைப்பது மூன்றாம் தரமானது. இந்த மூன்று பகுதிகளிலும் சமையல் அறை அமையலாம். வடகிழக்கு அறையில் மட்டும் சமையல் அறை அமைக்கக்கூடாது. அமைந்தால் நோய் ஏற்படும். பெண்கள் மிகவும் துன்பப்படுவார்கள். படம் 21-ல் சமையல் அறை அடுப்பு வைக்கும் அமைப்பு காட்டப்பட்டுள்ளது. எந்த அறையில் சமையல் செய்தாலும் கிழக்கு முகமாகவே நின்று சமையல் செய்ய வேண்டும்.

பூஜை அறை:

பூஜை அறை அமைக்கும் பகுதி படம் 22-ல் காட்டப் பட்டுள்ளது. வடகிழக்கு பகுதியில் பூஜை அறை அமைப்பது முதல் தரமானது. சரியான மேற்கில் மேற்கு பகுதியின் மத்திமத்தில் பூஜை அறை அமைப்பது இரண்டாம் தரமானது. கிழக்கு பகுதியிலும் பூஜை அறை அமைக்கலாம். வடகிழக்கு, கிழக்கு பகுதியில் பூஜை அறைக்குள் திண்ணை அமைக்கக்கூடாது. தலையில் பலகை வைத்து சாமிபடம், விளக்கு ஆகியவற்றை வைக்கலாம். சுவற்றிலும் மாட்டலாம். மேற்கு பகுதியில் பூஜை அறைக்குள் திண்ணை அமைத்து சாமிபடம், விளக்கு ஆகியவற்றை வைத்து வழிபடலாம். எந்த அறையிலும், கோவிலிலும் வழிபடும்போதும் நாம் கிழக்கு, வடக்கு முகமாக நின்று கும்பிட பூரண புண்ணியம் கிடைக்கும்.

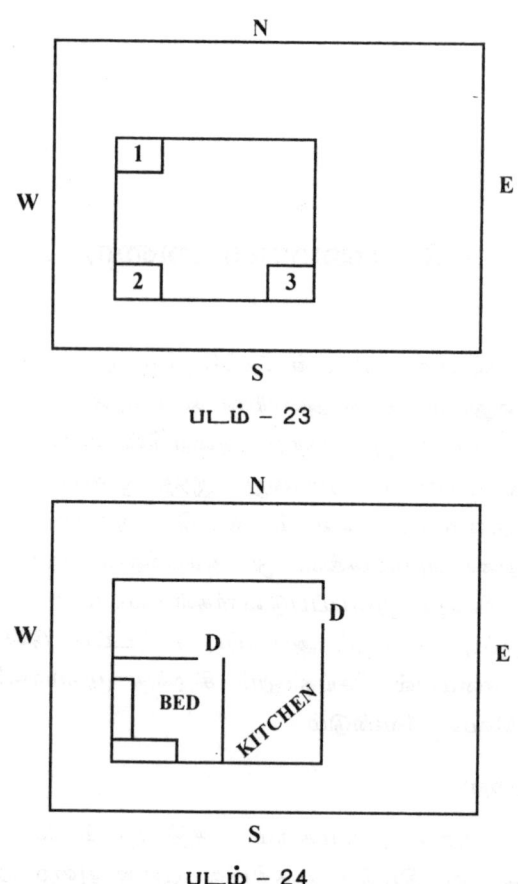

படம் – 23

படம் – 24

குளியல் அறை, கழிவறை

குளியல் அறை மற்றும் கழிவறைகள் வீட்டின் உட்புறம் அமைக்கும்போது படம் 23-ல் காட்டியபடி வடமேற்கு, தென்மேற்கு, தென்கிழக்கு ஆகிய மூன்று மூலைகளிலும், வடக்கு, தெற்கு திசையிலும் அமைக்கலாம். எக்காரணம் கொண்டும் வடகிழக்கு பகுதியில் குளியல், கழிவு அறை அமைக்கக்கூடாது. வீட்டிற்கு வெளிபுறம் காம்பவுண்ட் உள்ளே அமைக்கும்போதும் இதே முறையை பின்பற்ற வேண்டும். வடகிழக்கு பகுதியில் அமைக்கக் கூடாது. வடமேற்கு பகுதியில் அமைக்கும்போது

வடக்கு காம்பவுண்டில் தொடாமல் அமைக்கவேண்டும். கிழக்கு, வடக்கு காம்பவுண்டை தொட்டவாறு அமைத்தால், தென்கிழக்கு மூலை மூடுதல், வடமேற்கு மூலை மூடுதல் என்ற தோஷத்திற்கு உள்ளாகும். இது குறித்து படம் 17-ல் விரிவாகக் கூறப்பட்டுள்ளது. கழிவு அறையின் உட்புறம் பதிக்கப்படும் பீங்கான் வடக்கு, தெற்காக உட்காரும் அமைப்பில் பதிக்கப்படவேண்டும்.

படுக்கை அறை:

படுக்கை அறை படம் 24-ல் காட்டியபடி தென்மேற்கு மூலையில் வருமாறு அமைக்கவேண்டும். அதுவே முதல் தரமானது. ஒரு வீட்டின் எஜமான் தென்மேற்கு மூலையில்தான் தனது படுக்கை அறை அமைக்க வேண்டும். ஒரே வீட்டில் நான்கு சகோதரர்கள் கூட்டு குடும்பமாக இருக்கும்போது, மூத்தவர் தென்மேற்கு அறையிலும், இரண்டாமவர் அந்த அறைக்கு கிழக்கில் உள்ள தென்பகுதி அறையிலும், மூன்றாமவர் தென்மேற்கு அறைக்கு வடக்கில் உள்ள மேற்கு பகுதி அறையில், நான்காமவர் வடமேற்கு அறைக்கு கிழக்கு பகுதியில் உள்ள வடக்கு பகுதியில் அமைந்துள்ள இடத்திலும் படுக்கை அறையை தேர்ந்தெடுத்து உபயோகப்படுத்த வேண்டும். படுக்கை அறையில் கட்டில், தெற்கு, மேற்கு சுவற்றை ஒட்டியே போட்டு வைக்கவேண்டும். காலையில் எழுந்தவுடன் வீட்டின் எஜமான், எஜமானி இருவரும் மற்றும் யாவரும் வடக்கு, கிழக்கு திசையை நோக்கி 10-லிருந்து 15 அடி தூரம் நடந்து, தனது இஷ்ட தெய்வத்தையோ, தனது மூதாரையரையோ மனதில் நினைத்து வணங்கிவிட்டு, பிறகு தனது காலைக்கடன்களை செய்ய வேண்டும். பெண்கள் காலையில் எழுந்ததும் கண்ணாடி முன்பு சென்று தலைமுடியை சரிசெய்வார்கள். இதற்கு வசதியாக படுக்கை அறையின் கிழக்கு வடக்கு பகுதியில் 10 அடி தூரத்தில் கண்ணாடியை பொருத்தி வைத்தால் முன் சொன்னபடி இரண்டு காரியமும் ஒரே வேலையும் முடியும். இவ்வாறு செய்வது நாளுக்கு நாள் அதிர்ஷ்டத்தை அதிகரிக்கச் செய்யும். படுக்கும்போது வடக்கில் தலை வைத்து படுக்கக்கூடாது. தெற்கு, மேற்கு பகுதியில் தலைவைத்து படுக்கலாம். ஆண்கள் இடதுகை கீழாகவும், பெண்கள் வலதுகை கீழாகவும் வைத்து படுத்தால் உடனே சுகமான நித்திரை ஏற்படும். தலையணை வைத்து படுப்பதே சிறந்தது. திருமணம் ஆகாத கன்னி பெண்கள் வடமேற்கு அறையில் படுத்தால் விரைவில் திருமணம் நடக்கும்.

படிப்பு அறை

படிப்பு அறை வீட்டின் மேற்கு பகுதியில் அமைவது சிறப்பு, அக்னி மூலையை தவிர்த்து (தென்கிழக்கு) மற்ற எல்லா இடத்திலும் வடக்கு, கிழக்கு முகமாக அமர்ந்து படிப்பது சிறந்த முறையாகும். விடியற்காலை 4.00 மணிக்கு விழித்து முகம், கைகால் கழுவிவிட்டு படித்தால் ஞாபக சக்தி கூடும் என்று வேதங்களில் கூறப்பட்டிருக்கிறது. முடிந்தவரை விடியற்காலையில் சீக்கிரமாக விழித்து படிப்பதே மிக சிறந்தது.

வரவேற்பு அறை

விருந்தினர் மற்றும் நண்பர்கள் போன்றவர்களை வரவேற்று, உபசரிப்பு செய்ய வரவேற்பு அறை முக்கியத்துவம் வாய்ந்தது. இந்த அறையை தென்மேற்கு, தென்கிழக்கு இரண்டு பகுதியை தவிர்த்து மற்ற பகுதிகளில் அமைத்துக்கொள்ளலாம். இந்த அறையை சுத்தமாக வைக்க வேண்டிய அவசியம் அவரவர்களின் வசதிக்கேற்ப அலங்காரம் செய்து கொள்ளலாம்.

7 – கதவுகள் ஜன்னல்கள் கிழக்கு பார்த்த வீடு

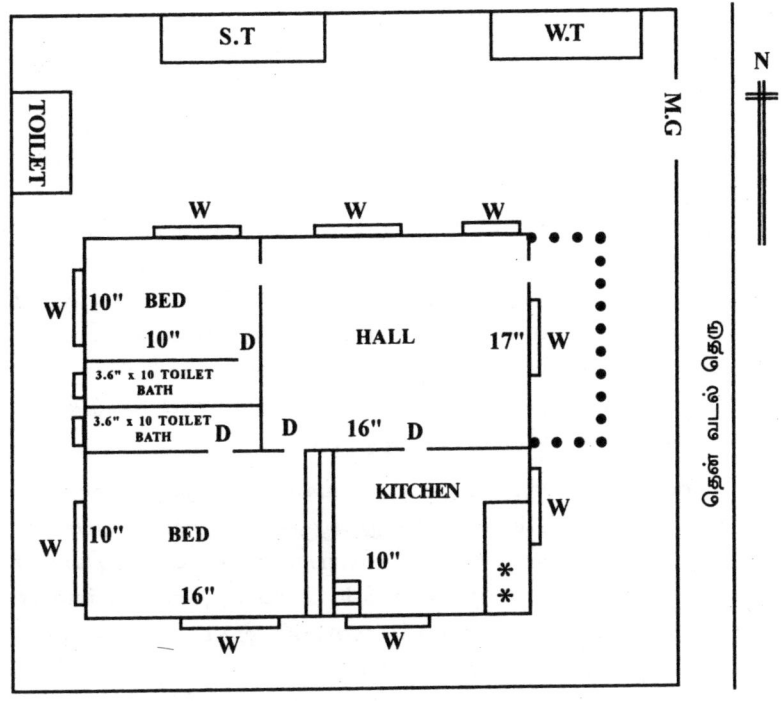

படம் – 25

வீட்டின் கதவுகள் உச்ச பகுதியில் அமைக்க வேண்டும். இது முதல்தரமான அமைப்பு, இரண்டாம் பட்சமாக மத்திமமான வாசல் அமைக்க வேண்டும். வீட்டின் கதவுகள், ஜன்னல்கள்

இரட்டைப்படையில் இருக்க நன்று. பிரதான வீட்டிற்கு வெளியே உள்ள குளியல் அறை, ஸ்டோர்ரூம், கார்ஷெட், காம்பவுண்ட் கேட் இவைகள் தனியாகவே கணக்கிட வேண்டும். பிரதான வீட்டின் கதவுகளின் எண்ணிக்கையுடன் சேர்க்கக்கூடாது. கதவுகளுக்கு நேராக, கதவுக்கு எதிர்புறம் ஜன்னல் அமைப்பது சிறப்பு, தெற்கு, மேற்கு வாயில் கதவுகளுக்கு எதிர்புறம் வடக்கிலும், கிழக்கிலும் கதவு அமைப்பதே சிறப்பானது. வீட்டின் ஈசானியத்திலும், கிழக்கு ஈசானியத்திலும் கண்டிப்பாய் ஜன்னல் முடிந்தவரை பெரிதாக வைக்க வேண்டும். அது வீட்டிற்குள் செல்வம் வருவதற்கு ஆதாரம். வீட்டின் எல்லா அறைகளின் நுழைவாயிலுக்கும் எதிரில் ஜன்னல் வருமாறு அமைப்பது சிறப்பு. இந்த அமைப்பு அறைக்குள் சுத்தமான காற்று சுழற்சிக்கு ஆதாரம். வீட்டின் நுழைவாயில் கதவுகள் வளமான வாழ்க்கைக்கு ஜீவாதாரமானவை. நுழைவாயில்கள் நீசமான பகுதியில் இருந்தால் முன்னேற்றம் என்பது கானல் நீர் போல் ஆகிவிடும். கிழக்கு ஆக்கிநேய வாயில், வடக்கு வாயவிய வாயில், தெற்கு நைருதி வாயில், மேற்கு நைருதி வாயில் போன்றவை துன்பத்தை தருபவை. இந்த வாயில்கள் காம்பவுண்டில் இருந்தாலும், பிரதான வீட்டில் இருந்தாலும் கெடுதலே செய்யும். படம் 19-ல் நீசமான வாசல்களின் அமைப்பு காட்டப்பட்டுள்ளது. இந்த வாசல்கள் திருட்டுபயம், தகாத நடத்தை, மக்களுடன் விரோதம், தீராத வியாதி, காரிய தடங்கள், வீண் செலவுகள், கடன் தொல்லை, கோர்ட் கேஸ்கள், வாரிசு இல்லாமல் போகுதல், குழந்தைகளின் படிப்பு மற்றும் வேலைவாய்ப்பை கெடுத்தல், தீரா கோபம், போலீஸ் கேஸ் ஆகுதல்.

சிறை செல்லல், கட்டுக்கு அடங்காத மருத்துவ செலவுகள், திருமணம் தடைபடல், விவாகரத்து ஆகுதல், குடும்ப உறுப்பினர் களிடையே ஒற்றுமை கெடுதல், வியாபார நஷ்டம், தொழிலாளர் களால் தொல்லை, இயந்திரங்களில் கோளாறு, ஊர் மக்களின் சாபத்திற்கு ஆளாகுதல், கணவன், மனைவி இடையே பிரிவினை, கொலை பழிக்கு ஆளாகுதல், தீ விபத்து ஏற்படுதல் போன்ற அனேக துன்பங்கள் ஏற்படுத்துகிறது. ஆகவே வளமான எதிர்காலம், நல்ல வாரிசுகள் வேண்டுவோர் அனுபவ அறிவு பெற்ற வாஸ்து நிபுணர்களின் ஆலோசனை கேட்டு, வீடுகளை, தொழிற்சாலைகளை, விவசாய நிலங்களை சீர்படுத்தி வாழ்வாங்கு வாழ வேண்டுமாய் சர்வ வல்லமை பெற்ற இறைவனை வேண்டிக் கொள்கிறேன்.

8. வீட்டின் கூரை அமைப்பு

ஓடு, சிமெண்ட் ஷீட், ஓலை போன்றவை கொண்டு அமைக்கப்படும் வீடுகள். ஒற்றை கூரை, இரட்டை கூரை என்று இருவகையில் அமைக்கப்படுகிறது. இவற்றில் ஒற்றை கூரை அமைப்பில் கட்டப்படும்போது கூரையின் சரிவானது கிழக்கு, வடக்கு பக்கம் மட்டுமே வருமாறு அமைக்கவேண்டும். இந்த விதியானது சகல இடங்களில் கட்டப்படும் மற்ற அமைப்புகளுக்கும் பொருந்தும். இரட்டைக் கூரை வீடுகளைப் பொறுத்தவரை கிழக்கு, மேற்கு அல்லது வடக்கு, தெற்கு என இருபுறமும் சரிவு வருவதால் தோஷம் ஏற்படுவதில்லை. எனவே, இம்முறை பரவலாக கடைப்பிடிக்கப்படுகிறது. சிறப்பானது ஆகும். மாடி வீடுகளைப் பொறுத்தவரை சமதளமான கான்கிரீட் சிலாப் போடப்படுகிறது. வடக்கு, கிழக்கு சரிவாக அமைக்க வேண்டும். மேலே விழும் மழைநீர் வடக்கு, கிழக்கு ஓடும்படி அமைக்க வேண்டும். மேலும் தென்மேற்கு மூலையில் ஒரு அறையை கட்டலாம். வடக்கு, கிழக்கு கைப்பிடி சுவரைவிட அரை அடி உயரமாக தெற்கு மேற்கில் கட்டலாம். இதே முறையை காம்பவுண்ட் சுவற்றிலும் பின்பற்றலாம்.

9. வீட்டின் தரைத்தளத்தின் அமைப்பு

வீட்டின் தரைத்தளமானது தென்மேற்கு திசையில் உயர்ந்தும், வடகிழக்கு திசையில் தாழ்ந்தும் இருக்க வேண்டும். தண்ணீரை தலையில் ஊற்றும்போது தண்ணீர் வடக்கு, கிழக்கில் வழிந்து ஓடுமாறு அமைக்க வேண்டும். வீட்டை சுற்றிலும் உள்ள காலி இடத்தில் கிழக்கு, வடக்கை விட மேற்கு தெற்கு உயரமாக இருக்குமாறு அமைக்க வேண்டும். தரைத்தளம் மொசைக் தளமாகவோ, சிமெண்ட், பூச்சாகவோ, ஸ்பார்க்டெக் டைல்ஸ் ஆகவோ அமைப்பது நலம். கிரானைட், மார்பிள் போன்றவற்றால் அமைப்பது அனுபவத்தில் சரிவருவதில்லை. பல பிரச்சனைகளை தோற்றுவிக்கிறது. இவற்றை தவிர்ப்பது நலம்.

10. வீட்டின் கழிவு நீர் அமைப்பு

வீட்டின் கழிவுநீர் வெளியேறும் அமைப்பு, இதை ஜலதாரை இலட்சணம் என்பார். வீட்டின் கழிவுநீர் வடக்கு, வடக்கு ஈசான்யம், கிழக்கு ஈசான்யம், கிழக்கு, தெற்கு ஆக்கினேயம், மேற்கு வாயவியம் போன்ற பகுதியிலிருந்து வெளியேறுமாறு அமைப்பதே சிறந்த முறையாகும். தெற்கு, தெற்கு நைருதி, மேற்கு நைருதி, மேற்கு, வடக்கு வாயவியம், கிழக்கு ஆக்கினேயம் ஆகிய பகுதிகள் வழியாக வெளியேறுவது பலவிதமாக முன்பு சொல்லப்பட்ட கஷ்டங்களை உண்டாக்கும். படம் 26-ல் காட்டியபடி அமைப்பது நலம்.

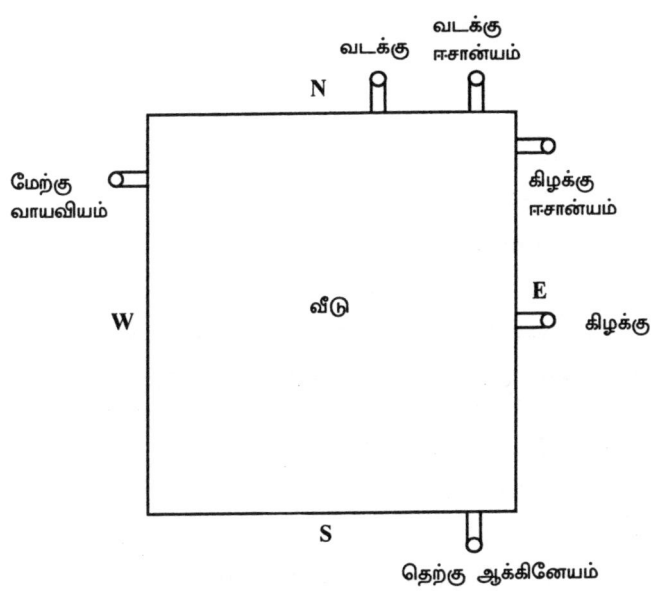

படம் - 26

11. தொழிற்சாலை அமைப்பு

தொழிற்சாலைகள் அமைக்கும்போது வீடுகளுக்கு சொல்லப் பட்ட விதிகள் அனைத்தும் அப்படியே பின்பற்றி அமைக்கலாம். தொழிற்சாலையின் மின்சார டிரான்ஸ்பார்மர்-ஐ வடகிழக்கு தவிர்த்து மற்ற மூன்று மூலைகளிலும் அமைக்கலாம். ஜெனரேட்டர் இதே முறையில் அமைக்கலாம். பாய்லர் தென்கிழக்கு மூலையில் அமைக்கலாம். அதிக பாரம் உள்ள இயந்திரங்களை தென்மேற்கு, தெற்கு, மேற்கு திசைகளில் வைக்கலாம். குறைந்த பாரம் உள்ள இயந்திரங்களை வடமேற்கு, தென்கிழக்கு, வடக்கு, கிழக்கு திசைகளில் வைக்கலாம். வடகிழக்கில் காலியாக விட்டு வைத்திருக்க வேண்டும். எஜமானர் அல்லது சீனியர் மேனேஜர் அறையை தென்மேற்கில் அமைக்கலாம். படம் 27-ல் காட்டியபடி தொழிற்சாலை அமைக்கலாம்.

1. குழாய்க் கிணறு
2. நிலத்தடி நீர் தொட்டி
3. காவலர்
4. செப்டிக் டேங்
5. சோக் பிட்
6. எடை மேடை
7. சரக்கேற்றும் லாரிகள் நிறுத்துமிடம்
8. சரக்கு டெலிவரி
9. விற்பனைக்குத் தயாராக உள்ள உற்பத்திப் பொருள்கள்
10. பிராசசிங் முடிக்கப்பெறாமல் அரைகுறை நிலையில் உள்ள சரக்குகள்.
11. மூலப் பொருள்கள்
12. மேல்நிலைத் தொட்டி
13. கழிப்பிடம்
14. நொய்ப்புப் பொருள்கள், அமிலங்கள் கிடைக்குமிடம்
15. டிரான்ஸ்பார்மர்

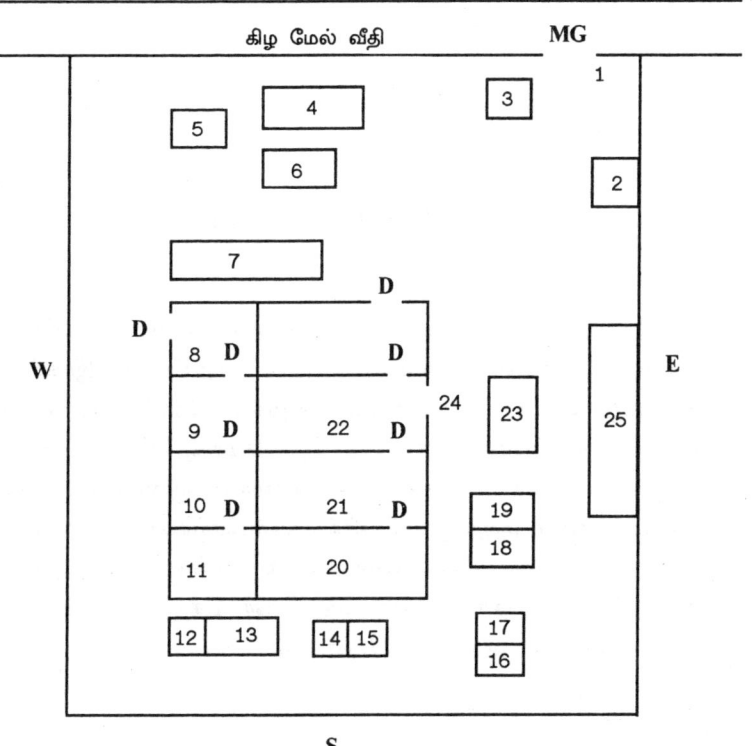

படம் – 27

16. கொதிகலன், உலைக்கலன்
17. ஜெனரேட்டர்
18. சமையலறை
19. சிற்றுண்டிச் சாலை
20. கனமான எந்திரங்கள்
21. நடுத்தர எந்திரங்கள்
22. லேசான எந்திரங்கள்
23. நிர்வாக அலுவலகம்
24. ஊழியர் நுழைவாயில்
25. சைக்கிள் நிறுத்துமிடம்

பிரம்மஸ்ரீ திருவருட்செல்வன்

12. தோட்டங்கள்

தோட்டங்கள், விவசாய நிலங்களில் கிணறு வடகிழக்கு, கிழக்கு, வடக்கில் அமைந்திருந்தால் சிறப்பாக இருக்கும். நிலமானது வடக்கு நோக்கியும், கிழக்கு நோக்கியும் சரிவாக இருந்தால் சிறப்பாக இருக்கும். தென்மேற்கு, தெற்கு, மேற்கு பகுதியில் உயர்ந்த மரங்கள் அமைக்கலாம். குறைவான உயரம் உள்ள மரங்களை மற்ற இடங்களில் பயிர் செய்யலாம். வாஸ்துபடி இல்லாத விவசாய பண்ணைகளில் கால்நடைகள் செழிப்பாக வளர்வதில்லை. தோட்டத்தில் வீடுகளை தெற்கு, தென்மேற்கு, மேற்கு திசையில் அமைக்க வேண்டும்.

13. பணப்பெட்டி

வீடுகளில் பணப்பெட்டி பீரோவாக இருக்கும். பீரோவை தென்மேற்கு, தெற்கு, மேற்கு திசை பகுதிகளில் வடக்கு, கிழக்கு முகமாக வைப்பது உத்தமம். மற்றபடி துணிமணிகள் வைத்திருக்கும் பீரோவை வடகிழக்கு தவிர்த்து எங்கு வேண்டுமானாலும் தங்களது சௌகர்யத்திற்கு ஏற்ப வைத்துக் கொள்ளலாம்.

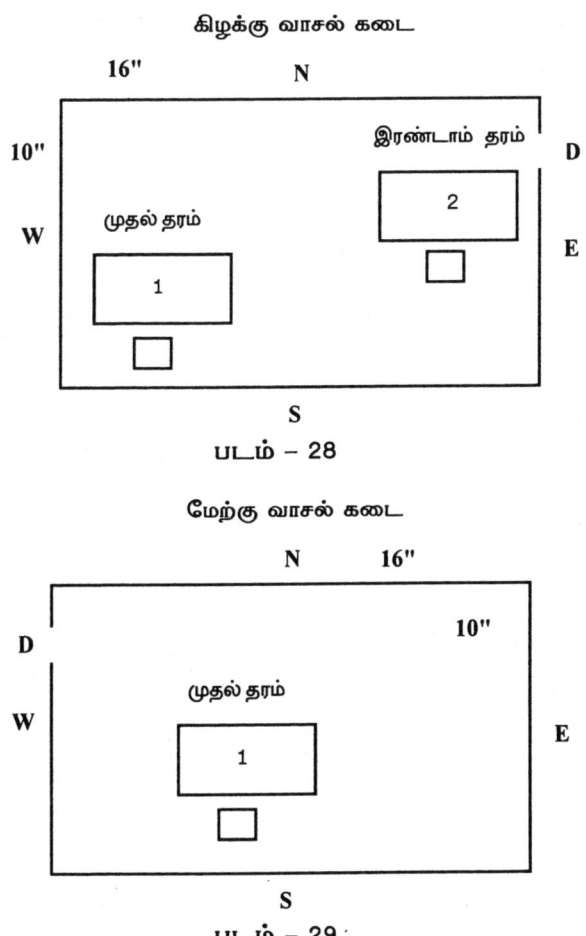

கிழக்கு வாசல் கடை

படம் – 28

மேற்கு வாசல் கடை

படம் – 29

கடைகள், வியாபார ஸ்தலங்கள், ஆபீஸ்கள் ஆகியவற்றில் சரக்குகள் வைக்கும்போது தெற்கு, மேற்கு திசையில் அதிக பாரமும், கிழக்கு, வடக்கில் குறைவான பாரமும் அமையும் சரக்குகளை அடுக்க வேண்டும். வடகிழக்கு மூலையில் சிறிய அளவு காலி இடம் விட்டு வைக்கலாம். கடைகளில் கல்லாப்பெட்டி எனப்படும் பணப்பெட்டி உள்ள மேஜை அமையும் இடம் முக்கியமானது. படம் 28-ல் காட்டியபடி கிழக்குவாசல் கடைக்கு 2 இடத்திலும் பணப்பெட்டியை வைக்கலாம். தென்மேற்கு திசை பகுதி முதல் தரம், தென்கிழக்கு இரண்டாம்தரம். 10 × 16 அளவுள்ள கடைகளில் தென்மேற்கு திசையையே பயன்படுத்தலாம். மிகவும் நீளமான துணிக்கடைகள் போன்றவற்றில் இரண்டு இடத்திலும் பணப்பெட்டி வைக்கலாம். மேற்கு வாசல் கடையாக இருந்தால் படம் 29-ல் காட்டியபடி தென்மேற்கு திசையில் பணப்பெட்டி அமைக்கலாம்.

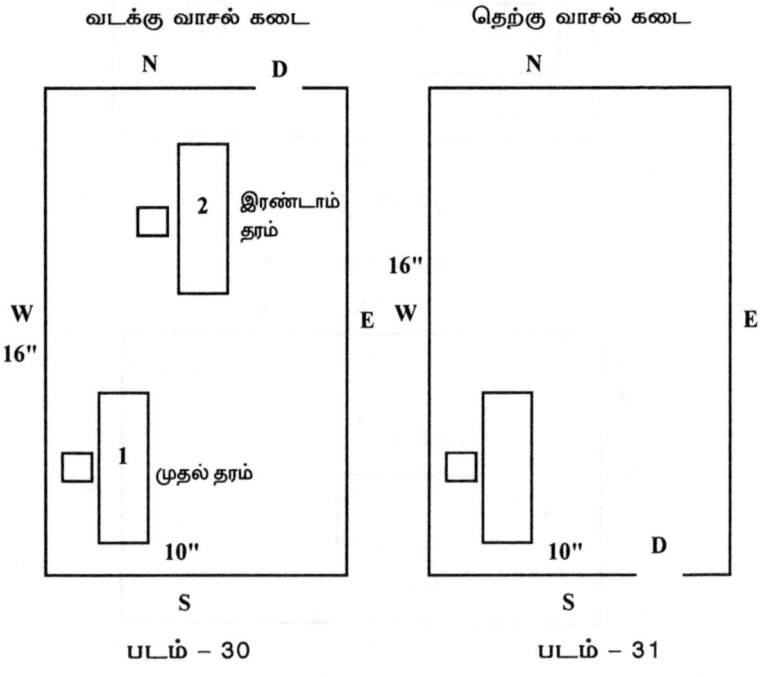

வடக்கு வாசல் கடை

படம் – 30

தெற்கு வாசல் கடை

படம் – 31

வடக்கு வாசல் கடைக்கு படம் 30-ல் காட்டியபடி இரண்டு இடங்களிலும் பணப்பெட்டி அமைக்கலாம். தென்மேற்கு திசை பகுதியில் அமைப்பது முதல் தரம். வடக்கு வாயவியம் பகுதியில் அமைப்பது இரண்டாம் தரம். மிக நீளமான கடைகளில் இரண்டு பக்கமும் அமைக்கலாம். தெற்கு வாசல் கடையைப் பொருத்தவரை படம் 31-ல் காட்டியபடி தென்மேற்கு திசை பகுதியில் பணப்பெட்டி அமைக்கலாம். இம்முறையில் பணப்பெட்டி அமைக்கப்படும் நிறுவனங்களில் செழிப்பான வியாபாரம் நடக்கும்.

14. தீமையான அமைப்புள்ள வீடுகள்

படம் 32-ல் காட்டியபடி கட்டப்பட்ட வீடுகள் மோசமான பலனையே கொடுக்கும். இந்த மாதிரி அமைப்பில் அமைந்த வீடு அந்த வீட்டின் எஜமானரை நஷ்டப்படுத்தி பலவிதமான பிரச்சனை களுக்கு ஆளாக்குகிறது. வீடுகள், சதுரம், அல்லது செவ்வக வடிவிலேயே கட்டப்பட வேண்டும். வீட்டின் தென்மேற்கு மூலை, வடகிழக்கு மூலை ஆகியவை துண்டுபடக்கூடாது. படம் 32-ல் காட்டப்பட்ட வீட்டின் தென்மேற்கு மூலை துண்டுபட்டிருக்கிறது. வடகிழக்கு மூலையும் துண்டுபட்டிருக்கிறது. வீட்டின் வடமேற்கு மூலை, தென்கிழக்கு மூலை இரண்டும் வளர்ந்திருக்கிறது.

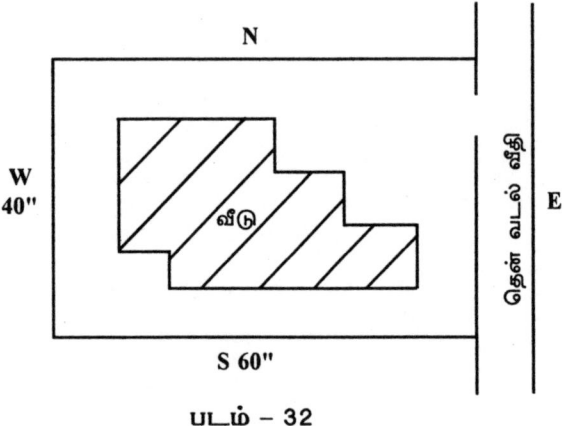

படம் – 32

இம்மாதிரியே அமைப்புள்ள வீடுகள் எஜமானரின் கையை விட்டு சென்றுவிடும். அதாவது விற்பனை செய்யப்படும். எஜமானர் நஷ்டம் அடைவார். இம்மாதிரி பல்வேறு கோண அமைப்புகளில் வீடுகள் தாருமாறாகக் கட்டப்பட்டால் அவ்வீட்டின் எஜமான் பல இன்னல்களுக்கு ஆளாவது திண்ணம்.

15. நிலவறைகள் [அடி நிலக் கிடங்குகள்] – CELLARS

நிலவறைகள் நிலமட்டத்திற்கு கீழே பூமிக்குள் அமைக்கப் படும் கட்டிட அமைப்பாகும். நிலவறைகள் சரியான முறைப்படி அமைக்காவிடில் மிகப்பெரிய அளவில் தோஷத்தை ஏற்படுத்துகிறது. வடக்கு, வடகிழக்கு, கிழக்கு திசைபகுதிகளின் கிழ் மட்டுமே நிலவறைகள் அமைப்பது சிறப்பு மற்ற திசைபகுதிகளில் வராமல் அமைக்க வேண்டும். படம் 33-ல் காட்டியபடி அமைப்பது மிக சிறப்பானது.

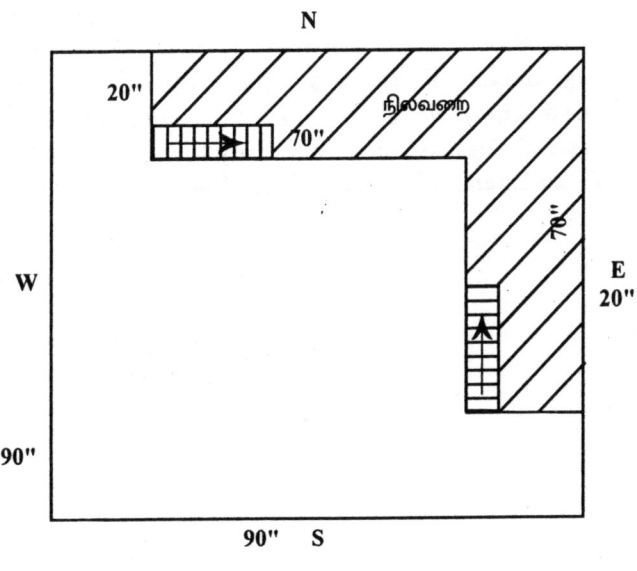

படம் – 33

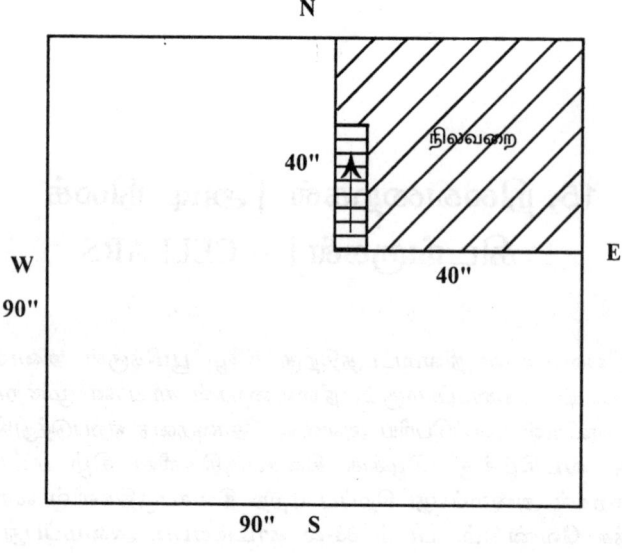

படம் – 34

படம் 33, படம் 34-ல் காட்டியபடியே நிலவறைகள் அமைப்பது மிகவும் சிறப்பானது. இந்த மாதிரி அளவுக்கு மேல் நிலவறைகள் அமைப்பது தோஷத்தை ஏற்படுத்துகிறது என்பது அனுபவத்தில் தெரிய வருகிறது. படிக்கட்டுகள் அமைப்பும் படத்தில் காட்டியபடியே அமைப்பது சிறந்த முறையாகும்.

16. முக்கிய வாஸ்து கருத்துக்கள்

ஊர்கள், நகரங்கள் இவற்றின் ரோடுகள் 90 டிகிரி திசைகாட்டி சரிவருமாறு அமைக்கப்பட்டிருந்தால், அந்த ஊர்கள் செல்வாக்கு பெருகின்றன. புதிதாக நிலத்தை சைட்டுகளாகப் பிரிக்கும்போது சரியான கிழக்கு, மேற்கு, வடக்கு, தெற்கு திசை வருமாறு ரோடுகள் அமைக்கவேண்டும். அப்பொழுது விரைவில் வீடுகள் கட்டப்படுகிறது. இது அனுபவரீதியான உண்மை. கட்டப்படும் வீடுகள் வாஸ்து சாஸ்த்திரத்திற்கு புறம்பாக இருந்தால், காலப் போக்கில் சிதிலமடைகிறது.

பழைய புகழ்பெற்ற கிராமங்களில் ரோடுகள் சரியான திசையில் அமைந்துள்ளது. ஆனால் வீடுகள் வாஸ்து சாஸ்த்திரப்படி இல்லாததால் ஊர்கள் பாழடைந்து காணப்படுகிறது. மக்களும் பலவீனமாக வாழ்ந்து கொண்டிருக்கிறார்கள். பூமிகளை சைட்டுகளாக பிரிக்கும்போது ரோடுகள் சரியான கிழக்கு, மேற்கு வருமாறு அமைத்தால் சைட்டுகள் உடனே விற்பனையாகும், வீடுகளும் கட்டப்படும். சரியான திசைக்கு ரோடுகள் அமைந்தால் அந்த பகுதிகள் நகரங்கள் பிரபலமடையும். பாண்டிச்சேரி, சென்னையில் அண்ணாநகர் பகுதி, கோயமுத்தூரில் RS புரம் போன்றவை பிரபலமானதற்கு சரியான திசையில் போடப்பட்ட ரோடுகளும் ஒரு காரணம்.

ஒரு நபருக்கு ஒன்றுக்கு மேற்பட்ட வீடுகள் அல்லது பூமிகள் இருக்குமாயின், அவைகளின் மொத்த வாஸ்து பலனுக்கு ஏற்ப அவரின் வாழ்க்கை சுபிட்ஷமாகவோ, துன்பமாகவோ அமையும்.

வாஸ்து சாஸ்த்திரப்படி கட்டப்பட்ட வீட்டில் வாழும்போது கருத்தரித்த குழந்தைகள், தனது தாய், தந்தையரைவிட மேன்மை யானவர்களாக விளங்குவார்கள். அனுபவத்தில் கண்ட உண்மை இது.

திருப்பதி, குருவாயூர், மதுரை மீனாட்சி அம்மன் கோவில், தஞ்சை பெரிய கோவில், ஸ்ரீ ரங்கம் பெருமாள் கோவில், பழனி முருகன் கோவில், திருவண்ணாமலை, பேரூர் சிவன் கோவில், ஈச்சனாரி விநாயகர் கோவில் போன்றவற்றின் புகழுக்கும் செல்வாக்கிற்கும் அந்த இடங்களின் வாஸ்து சிறப்பு தான் காரணம். புகழ்பெற்ற ஆலயங்கள் வாஸ்து சாஸ்த்திரப்படி அமைக்கப் பட்டவையே. ஆக்ராவில் தாஜ்மஹால் வாஸ்து முறைப்படி அமைக்கப்பட்டுள்ளது. சொத்துக்கள் பாகப்பிரிவினை செய்யும் பொழுது மூத்தவர் தெற்கு, மேற்கு பகுதிகளிலும், இளையவர் கிழக்கு, வடக்கு பகுதியிலும் குடியிருக்கும்படி பிரிக்கவேண்டும். இந்திய நாட்டிற்கு வடக்கில் உயர்ந்த இமய மலைகளும், தெற்கில் இந்திய பெருங்கடலும் உள்ளதால் வாஸ்து சரியாக அமையவில்லை. ஆகவே நமது வீடுகளை வாஸ்து முறைப்படி அமைத்துக்கொள்வது மிக முக்கியமானது.

எந்த ஒரு வேலையை செய்யும்பொழுது வடக்கு, கிழக்கு திசையை பார்த்தவாறு இருந்து செய்ய சுலபமாய் முடியும்.

சாப்பிடும்போது வடக்கு திசையை பார்த்தவாறு அமர்ந்து சாப்பிடக்கூடாது. வாஸ்து தோஷமுள்ள வீடு கட்டப்பட்ட நாளிலிருந்து 6, 9, 12 ஆவது வருடங்களில் அந்த வீட்டின் தோஷத்தின் குணத்தை காட்டும்.

மக்களின் துன்பங்களைப் போக்க வேதங்களும், சாஸ்திரங் களும் பல்வேறு வகையான பரிகாரங்களைக் கூறியுள்ளது. இவற்றில் வாஸ்து தோஷத்தை சரிசெய்வதும் ஒருவகை பரிகாரமே. இந்த பரிகாரம் கட்டிடத்தின் வாழ்நாள் வரைக்கும் பலன் கொடுக்கக் கூடியது. நீண்டகால பலன்களை தொடர்ந்து தரும் பரிகாரமாக இது அமைகிறது. வாஸ்துவில் ஏற்படும் தோஷங்களும், அதை நீக்கும் முறைகளும் நூற்றுக்கணக்கில் உள்ளன. இந்நூலில் சுருக்கமாக சொல்லப்பட்டிருக்கிறது.

வடக்குப் பார்த்த வீடு
(இரண்டு படுக்கை அறை)

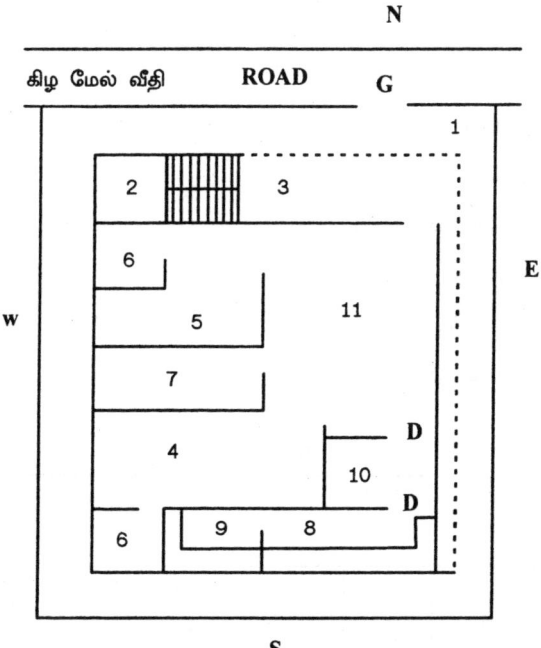

படம் – 35

1. கிணறு / குழாய்க் கிணறு
2. படிக்கட்டு
3. போர்ட்டிகோ
4. படுக்கை அறை I
5. படுக்கை அறை II
6. குளியலறை, கழிப்பிடம்
7. பூஜை அறை
8. சமையலறை
9. ஸ்டோர் ரூம்
10. உண்ணுமிடம்
11. ஹால்

பிரம்மஸ்ரீ திருவருட்செல்வன்

கிழக்குப் பார்த்த வீடு
(இரண்டு படுக்கை அறை)

1. கிணறு / குழாய்க் கிணறு
2. படிக்கட்டு
3. சமையலறை
4. உண்ணுமிடம்
5. ஹால்
6. படுக்கை அறை I
7. படுக்கை அறை II
8. குளியலறை, கழிப்பிடம்
9. வராண்டா
10. பூஜை அறை

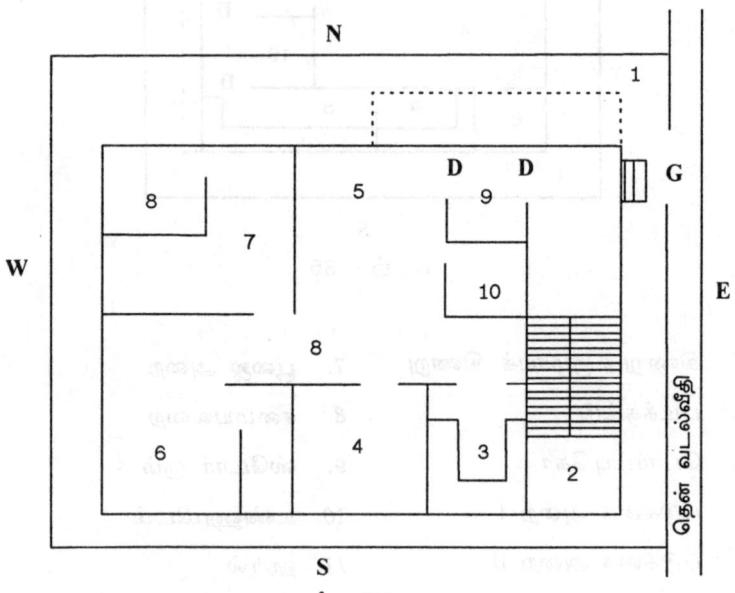

படம் – 36

மேற்குப் பார்த்த வீடு
(இரண்டு படுக்கை அறை)

1. வராண்டா
2. ஹால்
3. உண்ணுமிடம்
4. பூஜை அறை
5. சமையலறை
6. படுக்கை அறை I
7. படுக்கை அறை II
8. குளியலறை, கழிப்பிடம்
9. படிக்கட்டு
10. கிணறு / குழாய்க் கிணறு

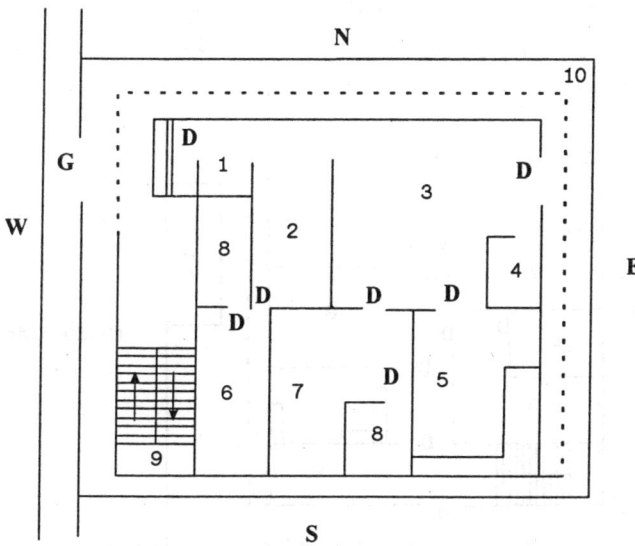

படம் – 37

தெற்கு பார்த்த வீடு
(இரண்டு படுக்கை அறை)

1. படிக்கட்டு
2. சமையலறை
3. படுக்கை அறை I
4. படுக்கை அறை II
5. குளியலறை, கழிவறை
6. ஹால்
7. பூஜை அறை / படிப்பறை
8. உண்ணுமிடம்
9. போர்ட்டிகோ (மூடப்பட்ட அடைப்பு)
10. கிணறு / குழாய்க் கிணறு

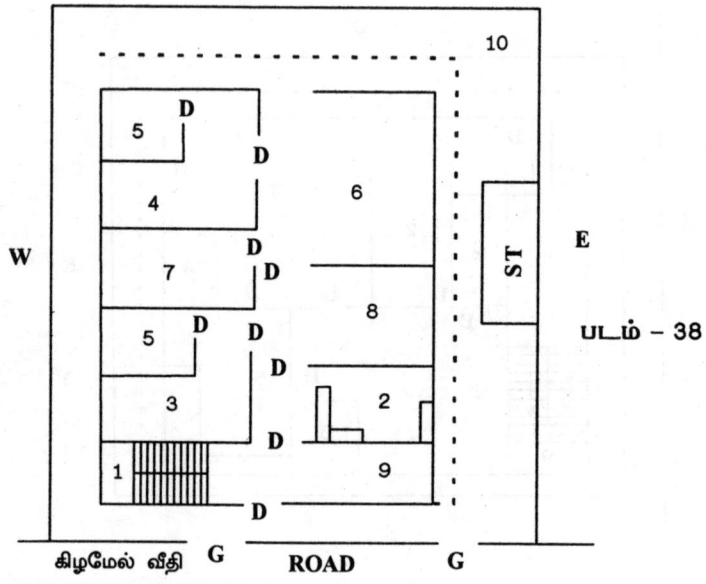

படம் – 38

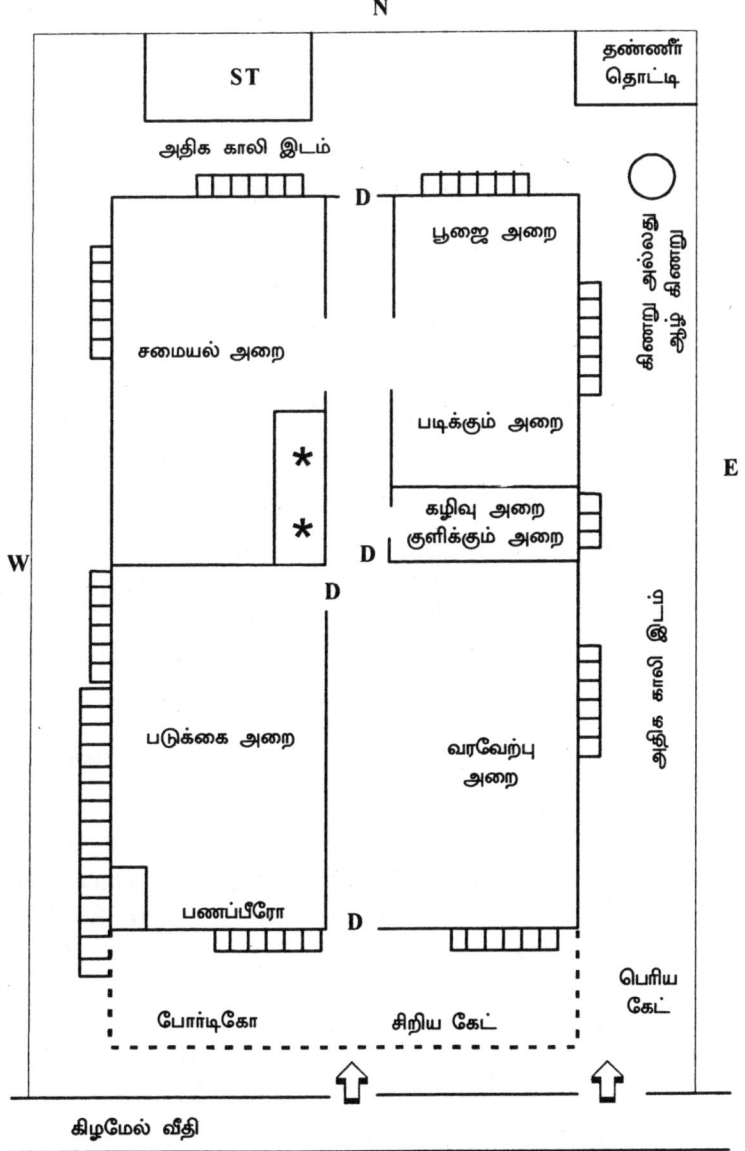

தெற்கு பார்த்த வீடு

(வீட்டு மனை 3 சென்ட் முதல் 5 சென்ட் வரை)

படம் – 39

19. வாஸ்து நாளில் மனை கோல உகந்த நேரம்

சித்திரை - 10-ந் தேதி நாழிகை 5 - 8.54 மணிமுதல் - 9.30 வரை

வைகாசி - 21-ந் தேதி நாழிகை 8 - 10.06 மணிமுதல் - 10.42 வரை

ஆடி - 11-ந் தேதி நாழிகை 2 - 7.42 மணிமுதல் - 8.18 வரை

ஆவணி - 6-ந் தேதி நாழிகை 21 - 3.18 மணிமுதல் - 3.54 வரை

ஐப்பசி - 11-ந் தேதி நாழிகை 2 - 7.42 மணிமுதல் - 8.18 வரை

கார்த்திகை - 8-ந் தேதி நாழிகை 10 - 10.54 மணிமுதல் - 11.30 வரை

தை - 12-ந் தேதி நாழிகை 8 - 10.06 மணிமுதல் - 10.42 வரை

மாசி - 22-ந் தேதி நாழிகை 8 - 10.06 மணிமுதல் - 10.42 வரை

அட்டவணையில் சூரிய உதயம் காலை 6.00 என கணக்கிடப் பட்டுள்ளது.

மேற்கண்ட நேரத்துடன் அந்தந்த ஊர்களின் சூரிய உதயத்தை கூட்டி கணக்கிட வேண்டும். வைகாசி 21-ந் தேதி 8 நாழிகையில் வாஸ்து உதயம் என்னும்போது சென்னையில் அன்றைய தினத்தில் சூரிய உதயம் 5.45 மணி என குறிப்பிட்டிருக்கும். (இதை பஞ்சாங்கங்களில் பார்த்து அறியவும்). அப்பொழுது 10.06லிருந்து 0.15 நிமிடம் கழிக்க 9.51 வரும். சென்னையில் வாஸ்து பூஜை செய்து மனை கோலுபவர்கள் 9.51 மணியிலிருந்து 10.27 மணிக்குள் செய்வது சரியான முறை. இதுவே கோயம்புத்தூரில் செய்யும்பொழுது அன்றைய தேதியில் கோயமுத்தூரின் சூரிய உதயம் 0.03 நிமிடத்தை கூட்டி கணக்கிட வேண்டும். 10.09 மணியிலிருந்து 10.45 மணிவரை இடைப்பட்ட காலம் உத்தமமானது. இவ்வாறு சூரிய உதயம் 0.40

நிமிடம் வரை தமிழ்நாடு அளவில் வித்தியாசம் ஒரு வருடத்தில் ஏற்படுகிறது. எனவே எந்த ஊரில், எந்த மாதம் மனை கோலப் படுகிறதோ, அந்த மாதத்தின், அந்த ஊரின் சூரிய உதயத்தைக் கணக்கிட்டு சரியான நேரத்தில் மனை கோல வேண்டும். இது குறித்து அந்தந்த பகுதியில் உள்ள ஜோதிட, வாஸ்து நிபுணர்களைக் கேட்டுத் தெரிந்து கொள்வது நலம் தரும்.

முடிவுரை

இந்நூலில் கூறப்பட்ட ஜோதிட கருத்துக்கள் எனது அனுபவத்தில் கண்டவற்றை எழுதியுள்ளேன். இன்னும் நிறைய கருத்துக்கள் அடுத்த நூல்களில் வெளியிடப்படும்.

ஜோதிடம் மூலம் நாம் கற்றுக்கொள்ள வேண்டியது என்ன வென்றால், அவரவர் ஜாதகத்திற்கு யோகம் தரக்கூடிய, சந்தோஷத்தை தரக்கூடிய அமைப்பு உள்ள நண்பர்களை தேர்ந்தெடுத்து அவர்களுடன் மட்டும் உறவு வைத்துக்கொள்ள வேண்டும். இதே போன்று கணவன் / மனைவி இவர்களை தேர்ந்தெடுத்துக்கொள்ள வேண்டும். இதனால் நாம் இந்த பூமியில் வாழும் காலம் நிம்மதி தருவதாய், முன்னேற்றம் தருவதாய் அமையும்.

அவரவர் பிறந்த லக்கினத்திற்கு 6, 8, 12-ஆம் லக்கினத்தில் பிறந்தவர்களும், இந்த வீட்டின் அதிபதிகளுக்கு உரிய நட்சத்திரத்தில் பிறந்தவர்களும் இடைஞ்சல், துன்பம் தருகிறார்கள். இவர்களிட மிருந்து விலகி செல்ல பழகி கொள்ள வேண்டும். இதுவே யோகத்தை வளர்க்கும் வழியாகும்.

நன்றி, வணக்கம்.

வாழ்த்துக்களுடன்

ஜோதிடர்,

பிரம்மஸ்ரீ திருவருட்செல்வன்.

கோவை

செல்   93441 29195
         93631 55285

சென்னை - கிளை

ஜோதிட மேதை T. சூரியமூர்த்தி
         95660 08291
         94440 49553